சின்னஞ்சிறு சப்தங்கள்

சின்னஞ்சிறு சப்தங்கள்

ராணிதிலக்

Title: Chinnanchiru Sapthangal
Author's Name: Rani Thilak
Copyright © Rani Thilak2023
Published by Ezutthu Prachuram

Ezutthu Prachuram
(An imprint of Zero Degree Publishing)
No. 55(7), R Block, 6th Avenue,
Anna Nagar,
Chennai - 600 040

Website: www.zerodegreepublishing.com
E Mail id: zerodegreepublishing@gmail.com
Phone: 89250 61999

Ezutthu Prachuram First Edition: April2023
ISBN: 978-93-90053-33-9
TITLE NO EP: 431

Cover Design & Layout: Vijayan, Creative Studio

சில வார்த்தைகள்

*ச*ப்தரேகை (2010), கவிஞன்: இடைத்தரகன்: விற்பனைப் பிரதிநிதி ஆகிய கட்டுரைத் தொகுதிகளுக்குப் பிறகான கட்டுரைத் தொகுதி இது. கடந்த பத்து வருடங்களில் கவிதை நூல்கள் குறித்து அதிகம் எழுதவில்லை. சில கவிதைத் தொகுதிகள் குறித்தே எழுதியுள்ளேன். அடவி இணைய இதழில், சின்னஞ்சிறு சப்தங்கள் என்கிற தொடர்வரிசைக் கவிதைக் கட்டுரைகள் எழுதினேன். சமீபத்தில் வந்த கவிதைத் தொகுதிகள், மொழிபெயர்ப்புக் கவிதைத் தொகுதிகள், நினைவில் மறைந்துபோன கவிதைத் தொகுதிகளைக் குறித்த எழுத்துகள் அவை.

பொதுவாக ஒரு கவிதைத் தொகுதி மீதான விமர்சனம் மட்டுமே வரும். அத்தொகுதியில் சிறப்பாக உள்ள கவிதைகள் பற்றிப் பேசவும்படும். சில வருடம் கழித்து, அக்கவிதைத் தொகுதி கிடைக்காமல் போகலாம். மறுபிரசுரம் இல்லாமலும் போகலாம். அதனால்தான் ஒவ்வொரு விமர்சனத்திற்குப் பின் அத்தொகுதியின் கவிதைகள் சிலவற்றை இணைத்துள்ளேன்.

இக்கட்டுரைகளை வாசித்தபோது, இன்னும் சில கவிதைத் தொகுதிகளைப் பற்றி எழுதியிருக்கவேண்டும் என்று

தோன்றுகிறது. எழுதமுடியாததற்கான காரணம், தொடர்ந்து இயங்குவது, எழுதுவது என்பது ஒருவித நோய்த்தன்மையாக எனக்குப்பட்டது. எனவே எழுதவில்லை. எனக்குள் அப்போதைக்கு அப்போது படரும் நோய்மை இல்லாதபோது, சில கவிதைத் தொகுதிகள் குறித்து எழுதத்தான் வேண்டும். எழுதுவேன். அடவி மின் இதழில் எழுத வாய்ப்பளித்த தில்லை முரளிக்கு அநேக வந்தனம்.

ராணிதிலக்
கும்பகோணம்

நவீன அரசியல் மீதான எதிர்வினைகள்

மரங்களைப் பற்றிப் பேசுவதென்பதும் குற்றமே. காரணம், அது
நீதியின்மையைப் பற்றிய மௌனத்தை உள்ளுணர்த்துகிறது

– பெர்டோல்ட் ப்ரெக்ட்.

மேற்கண்ட வரிகள், சூ.சிவராமனின், சற்றே பெரிய
நிலக்கரித்துண்டு என்னும் கவிதைத் தொகுதிக்கு அணுக்கமாக
எடுத்தாளப்பட்ட ஒரு திருமுகம். இதையே இக்கட்டுரைக்கான
தொடக்கமாகப் பயன்படுத்த விரும்புகிறேன்.

இத்தொகுதிகளில் உள்ள கவிதைகளை நான் வாசித்ததாக
நினைவில் இல்லை. இக்கவிதைகளைப் பற்றி என்னிடம் யாரும்
சொன்னதாகவும் நினைவில் இல்லை. ஆனால், இக்கவிதைத்
தொகுதியை வாசிக்கும்போது கிடைத்த அனுபவம் கொஞ்சம்
சந்தோஷம் அளிப்பதும்கூட.

இந்தத் தொகுதியை எடுத்து வாசிக்கத் தொடங்கும்போது, ஒரு முழுமுச்சுடன் அனைத்துக் கவிதைகளையும் வாசித்துவிட்டேன். முதல் தொகுப்பில் எப்போதும் இருக்கும் பதற்றம் இத்தொகுதியில் இல்லை. ஒரு கவிஞனின் தனித்துவம் அவருடைய முதல்தொகுப்பில் தெரிந்துவிடும். அப்படிப் பார்க்கையில் சமகால வாழ்வில் இழந்துவிட்ட நிலத்தையும், அதற்குக் காரணமான அரசியலையும் இக்கவிதைகள் பேசுகின்றன.

இழந்துபோன நிலம் பற்றிய நினைவு, நான் X நீ என்றமையும் அன்புசார் கவிதைகள், அரசியல் தேசிய முன்னேற்ற முன்னெடுப்புகளால் இழந்துபோன நிலம் எனச் சில அடுக்குகளில் கவிதைகளின் பொருண்மை அமைகிறது. கோபம் ஒரு மெளனமாகத் தொடரும் பல கவிதைகளில் மிகச் சரியான தெளிவு இருக்கிறது, எடுத்துரைப்பதில். நிதானம் கைகூடியிருக்கிறது. இக்கவிதைகளை வேறுசிலர் எழுதியிருந்தால், வெறும் பிரச்சாரமாகிவிட்டிருக்கும். ஆனால் இதைக் கவிதையாக மாற்றும் வித்தை சூ.சிவராமனுக்கு வாய்த்திருக்கிறது.

தன்னுடைய நாகை மாவட்டத்தில் நிகழும் சம்பவங்களைக் கவிதைகள் பலவற்றிலும் எழுதியிருக்கிறார். கடல் கொந்தளித்து ஊரை விழுங்கியது, கடன் தொல்லையால் விவசாயிகள் மரிப்பது, எண்ணெய் வளத்திற்கான நிலம் சுரண்டப்படுவது, அணு உலைகளால் மனிதர்களின் ஆதாரவாழ்வு அடியோடு அழிந்துபோவது எனப் பல மோசமான நிகழ்வுகளைச் சித்தரிக்கிறார்.

பெரும்பான்மையாக இருக்கும் அரசியல் கவிதைகள் முழுவீச்சுடன் அமைந்திருக்கின்றன. தற்காலத்தில் அரசால் நிகழும் முன்னேற்றம் என்ற வகையிலான வன்முறையில் இழந்துபோன மனிதர்களையும் நிலத்தையும் தன் கவிதைகள் வழியாகப் பேசுகிறார், கவிஞர். கதை சொல்லலில் ஓர் உத்தி அவரிடம் இருக்கிறது. தனித்தனிக் காட்சிகளாகக் கவிதையின் வரிகளை அடுக்குகிறார். ஆனால் அவற்றைக் கோர்க்கும் கண்ணியை மறைமுகமாக வைத்துவிடுகிறார். நாம் வாசித்தபின்

அவற்றிற்கான கண்ணி. ஒரு தீர்க்கமான முடிவாகக் கவிதையைப் பற்றிச் சொல்லிவிடுகிறது. பெரும்பான்மையான கவிதைகள் இந்த உத்தியில்தான் எழுதப்பட்டுள்ளன.

இன்னொன்று கவிதையின் நடை. ஒரு பொறுப்புணர்ச்சிமிக்க, எளிய, தெளிவான உரையாடலை முன்வைக்கும் திறந்தநிலைத் தன்மையான நடை, அவருடைய எல்லா கவிதைகளிலும் அமைந்திருக்கிறது. ஒரு சிக்கோ, குழப்பமோ அற்ற நடை அது. கதைசொல்லலுக்கான எளிய நடை இது. வாசகனுக்கு முன்பாக அமர்ந்து மௌனமாக உரையாடுகிற நடை. இதற்கு மொழி ஒத்துழைக்கிறது, ஒன்றிப்போகிறது.

ஒரு கவிஞன் தன் அனுபவத்தை எழுதலாம். அல்லது சமூகம் சார் அரசியல் கவிதைகள் எழுதலாம். பின்னது கடினம். அதைத்தான் எளிமைக, தெளிவாக இன்னும் கூடுதலாச் சொன்னால் நேர்மையாக எழுதியிருக்கிறார், கவிஞர்.

வாசித்து முடித்தபோது, பெரும் மௌனம் என்னைச் சூழ்ந்துகொண்டது. அந்த மௌனம், அரசுமீதான கோபம்தான் என்று சொல்லாமல் இருக்கமுடியவில்லை. நமக்குள் ஒரு கவிதை செய்யும் எதிர்வினை, குறைந்தது இதுவாகத்தான் இருக்கக்கூடும்.

கீழே தொகுப்பிலுள்ள சில கவிதைகள் தந்திருக்கிறேன். அது இத்தொகுதியின் மையத்தைப் புரிந்துகொள்ள உதவலாம்.

O

ஆளரவம் கேட்டு
சாலையோர இருளில் எழுந்து நிற்பவள்
புகர் இழந்த கீரி
வெட்டுண்ட மரத்தின் குருவிக்கூடு
வற்றிய குளத்து நத்தை ஓடு
துருவேறிய மண்வெட்டி
கைவிடப்பட்ட தானியக்குதிர்

நானொரு மண்புழு.

O

முன்னொரு காலத்தில் ஒரு நதி இருந்தது

அய்யனார் குலசாமி
காரைப்புதர் புதைகாடு
சுழித்தோடும் நீரில் நீச்சல்
மணல்திட்டில் விளையாட்டு
அப்பா குளித்த சிதைந்த படித்துறை
ஆடிப்பெருக்கில் மிதந்து போகும்
அக்காளின் மணமாலைகள்
அம்மாவைச் சுமந்த பாடைக் கழிகள் கரையில்
ஆடுகள் மாடுகள் மேய்ந்த ஆற்றுப்படுகை
நீர்க்காகங்கள் வெளியேறுவதற்கு முன்புவரை
வாழ்ந்து கெட்டவன் விழுந்து சாக
ஒரு நதி இருந்தது.

O

முற்றும்

வெட்ட ஓங்கிய கிளையில்
அந்தப் பூ
அழகாகச் சிரித்தது
அவ்வளவுதான் கவிதை முடிந்தது

O

நம் நிலத்து வாரிசு

மா மரத்தின் பூக்கள் வண்டுகளை ஈர்க்கிறது
காத்திருந்தோம்
காயிலேயே பழுக்க வைக்கும் பீய்ச்சு மருந்திற்கு
கொப்புளங்களுக்கு
வேப்பிலை, மஞ்சளை மருந்தாக்கும் முயற்சியிலிருந்தோம்
மருந்துக் குப்பிக்குக் காப்புரிமையும் விலை நிர்ணயமும்
செய்து சிரிக்கிறார்கள்.
நஞ்சைப் பாலாக்கும் கரங்களில் மரபீனி விதைகள்

புல் மேயாத மாட்டின் பாலை விற்கிறார்கள்
நெகிழிப் பைகளில்
விடலைகள் அணையாத காளைகளோ
ஆண்மையிழந்துவிட்டன.
தானியக்குதிரின் கதகதப்பிற்குள்
முளைவிடத் துடிக்கும் உழவரின் உயிரணுக்கள்
ஆற்றை நம்பி உழப் போனவர்கள்
அதிர்ச்சியில் உறைந்தனர்
மற்ற எல்லோரும்
நீளும் வங்கி வரிசையில் நின்றுகொண்டார்கள்
ஆம்
நீளசதுரப் பெட்டிகளில் மீன்களை நீந்தவிட்டது
தற்செயலில்லை.

O

புத்தனின் முகத்தில்
மணக்கும்
ஒரிதழ்த் தாமரை

O

நீங்கள் அழைக்கும் வாடிக்கையாளர்
தொடர்பு எல்லைக்கு வெளியில் உள்ளார்

காளைகளின் நுகத்தடிக் கயிற்றில்
அழகிய சுருக்கொன்றைப்
போடக் கற்றுத் தேர்ந்தான்
நிலத்தின் நிர்வாணம் சகிக்கவில்லை
நிமிர்ந்த பால் கதிரென
அந்தரத்தில் தொங்குகின்றான்
சட்டைப் பையில் ஓயாமல் ஒலிக்கிறது கைபேசி
தொடர்ந்து அழைத்தபடி இருக்கிறார்
வங்கி மேலாளர்.

O

கரிநிலமே

உவர்நீரும் நன்னீரும் புணரும் ஓடையில்
கடல் நீலம் சிந்தும் மலரைத் தொலைத்தோம் அன்பே
என் கண்ணே... நீ வருகிறாய்
கரித்துகள்களால் மூச்சு முட்ட
எப்படிக் காப்பேன் உன்னை
கரி படிந்த என் கன்னங்களில்
உன் உதடு கவிய ஒருபோதும் ஒப்பேன்
புகைக்குழாயென மாறும்
நுரையீரலையா கொண்டு சேர்ப்பது குழந்தைக்கு
விலை நீரைப் பருகின பின்
அதன் புட்டிகளோடு
புதைக்கிறோம் எதிர்காலத்தை
நேசிப்பில் ஊரும் அன்பைப்போல்
நீரூரும் நல் நிலங்கள்
புவிக்கு வெளியே சென்றுவிட்டன
நம் காதலோ நீண்டிருக்கிறது
கதிராமங்கலம் வரை.

◯

சற்றே பெரிய நிலக்கரித்துண்டு

அதிகாலை மிதிவண்டியில் அமர்ந்துள்ள மூட்டைகள்
பெல்லாரி மரவள்ளியாய் வியாபாரத்திற்குச் சென்றவை
தகரம் நெகிழியாக வீடு திரும்பும்
அவரது வாழ்க்கை ஆடிக்காற்றில் எதிர்நீந்துவது
தாகத்தின் கோப்பைகளை நிரப்பிய
ஊர்க்கிணறும் கொல்லைக்கிணறும்
ஊற்றுக் கண்களை மூடிக்கொண்டன
குடிசையின் கிழோடும் கெயில் குழாய்கள்
சூழ்ந்திருக்கும் அனல்மின் நிலையங்கள்
அவர் உறக்கத்தின் மணித்துணிகள் சரிகின்றன
இரவுகளில் கொச்சை வார்த்தைகளால் சினம் வடிக்கிறார்
நிலம் கைவிட்டுப் போவது பற்றிய

அவநம்பிக்கை அரும்பத் தொடங்கிய நாட்கள் அவை
நுரையீரலில் குடியேறிய கரித்துகள்கள்
துறைமுகத்தில் அணிவகுக்கின்றன லாரிகளில்
கெட்டகாலம் பொறந்ததை
எந்தக் குடுகுடுப்பைக்காரனும் சொல்லவில்லை
இப்போது அவர் கிடத்தப்பட்டிருந்தார்
பெரிய நிலக்கரித் துண்டென.

O

துரத்தும் நிலக்காட்சி

உணவுப் பொட்டலங்கள் வீசி
ஆகாயத்தில் பறந்தவன்
இறங்கி வருகிறான்
துண்டிக்கப்பட்ட பெண்ணின்
தலை அருகில் கிடந்தது
பிஞ்சுக் கரம் ஒன்று.

O

கண் முன்னே
கழுத்தறுத்து
உயிர்க்கோழி விற்பவள்
நீ

O

ஒரு கிலுகிலுப்பையின் தனிமை

உரத்துப் பெய்யும் மழை
ஓயாத அழுகை
தூளி நடுவே
காற்றில் ஆடும் கிலுகிலுப்பை
சவப்பெட்டியோ
மிகச் சிறியது.

(சற்றே பெரிய நிலக்கரித்துண்டு / கவிதைகள்/ சூ. சிவராமன் / கொம்பு
பதிப்பகம் / முதல் பதிப்பு ஜனவரி 2020 / ரூ. 50)

உனக்குள் உன்னைத் தேடும்போது புத்தரை நீ அடைந்துவிடமுடியும்

கிட்டத்தட்ட பத்து வருடங்களுக்கு முன்பாக, சி.மணி அவர்களின் மொழிபெயர்ப்பில், தாவோ தே ஜிங் வாசித்த ஞாபகம், இப்பொழுது ஹான்ஷான் கவிதைகளை வாசிக்கும்போது, நினைவில் வருகிறது. தாவோ என்னும் சமயத்திற்கு அடிப்படை எனக் கருதப்படும் தாவோ தே ஜிங் என்ற நூலை எழுதியவர் லாவோட்சு. இது எல்லாருக்கும் தெரியும். இந்த நூல் ஆறாம் நூற்றாண்டில் எழுதப்பட்டது என்றால், ஹான்ஷான் கவிதைகளின் காலம் கி.பி.9க்குள் எழுதப்பட்டது என்று சொல்லலாம். தாவோ மற்றும் சான் மரபை ஒட்டிய கவிதைகள், ஹான்ஷானுடையவை. தாவோ

தே ஜிங் தத்துவம் எனில், ஹான்ஷான் அதை மறுக்காமல் மறுக்கும் ஒரு தனிமனிதனின் அகப் பயணம்.

யார் இந்த ஹான்ஷான்? எங்கே பிறந்தார்? எங்கே கல்வி பெற்றார்? அவர் எங்கே வளர்ந்தார்? என்பதைப் பற்றிய செய்திகள் எதுவும் இதுவரை கிடைக்கவில்லை. மஹாயான புத்தம், ஜென் பௌத்தம் ஆகியவற்றின் ஓர் அடையாளமாக, ஆயிரம் ஆண்டுகளாக இருப்பவர்தான் ஹான்ஷான். ஹான்ஷான் பற்றிய சித்திரம் வரும்பொழுது, அவரது நிழலாக வருபவர் அவர் நண்பர் ஷிதே. இந்த இரண்டு விசித்திரக் குள்ளர்களும் எழுதிய கவிதைகளைத் தொகுத்தவர்தான், லூசியூயின். உண்மையில் ஹான்ஷான், ஷிதே இருவரும் உண்மையாகவும் இருந்திருக்கலாம்; கற்பனையாகவும் இருக்கலாம்.

ஹான்ஷான், ஷிதே இருவரும் தம் கவிதைகளை மரங்களில், பாறைகளில், விவசாயிகள் வீட்டுச்சுவர்களில், சிலவேளை தாங்கள் செல்லக்கூடிய மடாலயங்களின் சுவர்களில் எழுதி இருக்கிறார்கள். தென்கிழக்கு ஆசியாவில், ஹாங்செள விரிகுடாவின் தெற்கே, செகியாங் மாகாணத்தின் வடகிழக்கு மூலையில் உள்ள கடலோரத்தில் அமைந்துள்ள தியான்-டாய் மலைத்தொடரில் உள்ள குளிர்மலையின் அருகில் உள்ள, கொவொ சிங் மடாலய அடுப்பங்கரைச் சுவரிலும் எழுதியிருக்கிறார்கள். ஆடம்பரமான பிர்ச் மரப்பட்டைத் தொப்பி, பருத்தியாலான கந்தலான ஒரு மேலங்கி, தேய்ந்த செருப்பு அணிந்திருந்த ஹான்ஷான் கவிதை எழுதுபவராக மட்டும் இல்லாமல், கிராமத்தான்களின் வீட்டில் அமர்ந்து விசில் அடிப்பவராகவும் இருந்திருக்கிறார்.

ஹான்ஷான் கோவொசிங் மடாலயத்தில் பணிபுரிபவராக இருந்திருக்கிறார். தனக்கு அளிக்கப்பட்ட வேலைக்கு மாறாக, சிரிப்பதும் கொண்டாடுவதுமான மனோநிலையில் கவிதைகள் எழுதுபவராக, விசில் அடிப்பவராக, கிண்டலடிப்பவராக சொல்லப்போனால், அதன் அருகில் இருக்கும் குளிர்மலைக் குகைக்குள் தன்னை மறைத்துக்கொண்டு, இயற்கையையும் தத்துவத்தையும் தரிசிப்பவராக இருந்திருக்கிறார்.

ஹான்ஷான் கவிதைகளை வாசிக்கும்போது மனம் காற்றில் அசைந்தாடும் ஒரு பழுத்த இலை ஒன்று, நதியின் மீது விழுந்து உயிர்பெற்று ஒரு மீனாக உள்ளுக்குள் நீந்திச் செல்வது போல் இருந்தது. வாழ்வின் மென்மையான, கடினமான கணங்களைக் கேள்வி கேட்கும் குரல்தான் ஹான்ஷான். வஸ்துகளின், ஐந்துகளின், மனிதர்களின் பெருமதிப்பைக் கேள்விக்குள்ளாக்கி, வாழ்வின் கணங்களில் எவ்வாறு மகிழ்ச்சியாக வாழவேண்டும் என்று கற்றுத் தருபவராக இருக்கிறார். மனிதர்களின் மதிப்பற்றதின் மீதான மதிப்பு, மதிப்பற்றவைகளின் மீதான மனிதர்களின் காதல், அரசு, அதிகாரம் ஆகியவற்றின் நம்பகமற்றத்தன்மை எனப் பல புனிதங்களை உடைப்பவராக இருக்கிறார், ஹான்ஷான். தவிர, இக்கவிதைகளில் உலாவும் ஒரு மனிதராக, தன் அந்தரங்க வாழ்வை எழுதுபவராகவும் ஹான்ஷான் அலைகிறார்.

ஹான்ஷான் என்ற கவியின், நாடோடியின், ஏகாந்தவாசியின் வாழ்வைப் பெரும்பாலான கவிதைகளில் காணமுடிகிறது. திட்டவட்டமாக தான் யார் என்பதை ஹான்ஷான் கூறிவிடுகிறார். தனிமனித ஒழுக்கம், கல்வி, வேலை இவற்றைக் கடந்து, ஆற்றின் ஓரத்திலும், காட்டிலும், குளிர்மலையின் குகையிலும் வாழும் மனிதனாக ஹான்ஷான் தன்னைச் சித்தரித்துக்கொள்கிறார். கவிதைகள் எழுதுவது, மரங்களுடன் வாழ்வது, புத்தகங்களுடன் வாழ்வது என்கிற வாழ்வை எழுதிச் செல்பவராக, வாழ்ந்து அனுபவிக்கும் ஒரு சித்திரமே ஹான்ஷான். அவரால் மட்டுமே லவங்க மரத்தின் மாயையில் கட்டுண்டு, மேகத்தின்மீது அமரமுடியும். அதனால்தான் தமக்குள் தீங்கு விளைவித்துக்கொள்ளாத நீரும் நெருப்பும் போன்றவை வாழ்வும் மரணமும் என்ற உண்மையை, ஓர் ஒற்றை அங்கியாக உடுத்திய ஹான்ஷானால் மட்டுமே இதைச் சொல்லமுடியும்.

இந்த நூறு கவிதைகளின் வழியாக, அன்றைய கால அரசியல், புத்த குருமார்கள், ஆடம்பர மனிதர்கள், தாவோயிச ரசவாதிகள் ஆகியோர்களை எதிர் விமர்சனமாகத்தான் ஹான்ஷான்

பார்க்கிறார். குளிர்மலைக்கான வழி பற்றி, குளிர்மலையின் தோற்றம் பற்றி, அதன் இயற்கைத்தன்மை பற்றி, அழகியல் பற்றி, அது உணர்த்தும் வாழ்விற்கான அறம் பற்றி இக்கவிதைகள் பேசுகின்றன. அல்லது ஹான்ஷான் நம்முடன் உரையாடுகிறார். இன்னொரு முக்கியமான அம்சம், அன்பற்ற, உண்மையற்ற, அழிவதுமீது பற்றுள்ள மனிதர்களைக் குறித்து எழுதியிருப்பவை.

○

ஹான்ஷான் கவிதைகளில் வெளிப்படையான இருண்மை இருக்கிறது. அந்த இருண்மை கொண்ட மனிதர்களை அவர் அதிகமும் எழுதியிருக்கிறார். காஞ்சனப் புட்கள் பாட, அவற்றிற்கு ஏற்றாற்போல, யாழின் நரம்புகளை இசைக்கும் பெண்ணின் கண்ணீர்த்துளிகள், வசந்த காலத்தில் விழுவதாக இருக்கிறது. ஏன் அவள் அழவேண்டும்?

இன்னொரு கவிதையில், குடித்திருந்தால் வீட்டிற்குச் செல்லாதே என மறுக்கும் ஹான்-டான் நகரத்துப் பெண், தன் படுக்கையறையில் பூத்தையல் வேலைப்பாடுகள் நிறைந்த படுக்கை விரிப்பொன்று, வெள்ளிக்கட்டில் முழுவதும் மறைக்கும் அளவுக்கு விரிந்திருக்கிறது என்கிறாள். ஏன்?

அறிஞரின் தாயும் பிரபுவின் மனைவியும் விருந்துண்ணப் போகிறார்கள். அங்கே அவர்களுடைய ஆடை கசங்கி இருந்ததால், புழக்கடைக்கு அனுப்பப்படுகிறார்கள். அங்கே விருந்தில் மீதமான இனிப்பப்பம்தான் உண்ணத் தரப்படுகிறது. எதனால்?

சுங்கின் மனைவியின் சாவிற்கு வந்தவர்கள் இறைச்சியையும் வைனும் உண்டு போகிறார்கள். ஆனால் சுங்கின் மரணத்திற்கு யாரும் வரவில்லை, அழவும் இல்லை. அம்மனிதர்கள் அன்பற்ற இதயங்களாக இருக்கிறார்கள், ஒரு கவிதையில்.

இப்படித் தனிப்பட்ட மனிதர்கள் நாகரிகப் போர்வையில் பெரும் அவமானங்களை, தோல்விகளை ஹான்ஷான் கவிதைகள் சொல்கின்றன.

பேரரசோ, சிற்றரசோ, வணிகனோ, அதிகாரியோ எதுவானாலும் அவற்றின் வாழ்வு நிலையற்றது என்கிற உண்மையைச் சொல்லும் கவிதைகள் பலவும் இத்தொகுதியில் இருக்கின்றன.

○

ஹான்ஷான் கவிதைகள் மனதில் ஒரு விதையாகப் புதைந்திருக்கிறது. ஓர் ஊமைபோல்தான் இருக்கிறேன். அல்லது குளிர்மலையில் புலிகளை எதிர்நோக்கும் ஒரு மனமாக இருக்கிறேன் என்றும் சொல்லலாம். சொல்லவிரும்பியதெல்லாம் சொல்ல முடியாத மௌனத்திற்கு இக்கவிதைகள் என்னைக் கொண்டு சேர்த்துள்ளன. ஓடும் நதிகளும் அசையும் பிர்ச் மரங்களும் கொண்ட குளிர்மலை என்பது மனமே, புத்தர் என்பதும் மனமே என்கிறார் ஹான்ஷான். ஒருவகையில் குளிர்மலை என்பதுகூட ஹான்ஷான் கற்பனைசெய்து வாழும் நிலமாகவும் இருக்கலாம். மனம் வழியாகப் பயணிக்கும்போது குளிர்மலையை அடைந்துவிடலாம் என்று சிரிக்கிறார், ஹான்ஷான். ஒருகட்டத்தில் உனக்குள் உன்னைத் தேடும்போது புத்தரை நீ அடைந்துவிடமுடியும் என்ற சூட்சுமப்பாதையையும் காட்டுகிறார்.

○

ஹான்ஷான் கவிதைகளைச் சீனத்திலிருந்து ஆங்கிலத்திற்கு *red pine, gary Snyder, kazuaki tanahashi* என்று பலபேர் மொழிபெயர்த்திருக்கிறார்கள். இதில் *button Watson* மொழிபெயர்ப்பிலிருந்து 100 கவிதைகளைத் தேர்ந்தெடுத்து, சசிகலா பாபு மொழிபெயர்த்திருக்கிறார். ஹான்ஷான் என்னும் ஆளுமையை முழுமையாகப் புரிந்துகொள்ளவைக்கும் கவிதைகள் இவை. ஹான்ஷான் வாழ்ந்த இடம், அவர் கவிதைகளின் தன்மை, ஆகியவற்றைச் சுருக்கமாகவும் ஆழமாகவும் முன்னுரையில் எழுதியிருக்கிறார். இக்கவிதைகளைப் புரிந்துகொள்வதற்கான சாவியாக அமைந்திருக்கிறது, இம்முன்னுரை. குளிர்மலைக்கான வழியைத் தெள்ளத்தெளிவாக. எளிமையாகக் காட்டுகிறார், மொழிபெயர்ப்பாளர்.

○

இத்தொகுதியிலிருந்து சில கவிதைகள்

2

ஒரு ஓலைக்குடில்தான் இக்கிராமத்தான் வீடு.
குதிரையோ வண்டியோ எப்போதேனும் என் வாசலின்
வழியே செல்லும்
அனைத்துப் பறவைகளும் வந்து கூடடைந்திட காடுகள்
அசைவின்றிக் கிடக்கும்.
பரந்துவிரிந்த பள்ளத்தாக்கு ஓடைகளில் எப்போதும்
மீன்கள் நிறைந்திருக்கும்.
என் குழந்தையுடன் சேர்ந்து காட்டுப்பழங்கள்
பறிப்பேன்
என் மனைவியோடு சேர்ந்து மலைச்சரிவு வயல்களை
உழுதிடுவேன்
என் வீட்டில் நான் என்னதான் வைத்துள்ளேன்?
புத்தகங்கள் குவிந்து கிடக்கும் ஒரு படுக்கை மட்டுமே.

10

பசிக்கும் குளிருக்கும் இடையே தொடர்ந்து
வதைபட்டு.
வறிய அறிஞர்களாகிய நாங்கள் இங்கே
வாடிப்போயுள்ளோம்,
எங்களுக்கென வேலையேதுமில்லை, எங்களின் ஒரே
இன்பம் கவிதைதான்;
அவற்றைக் கிறுக்கிக் கிறுக்கி எங்களின் மூளை
களைத்துவிட்டது.
இத்தகையோரின் படைப்புகளை எவர்தான்
வாசிப்பார்கள்?
அதையென்னும்போது எங்களுக்கு
ஏக்கப்பெருமூச்சுகள்தான் எழுகின்றன.
நாங்கள் எங்கள் கவிதைகளை ரொட்டிகளில்
பொறித்து வீசினாலும்
வீடேதுமில்லாத தெருநாய்கள்கூட மனமிரங்கி
அவற்றை உண்ண முன்வராது.

17

குடியானவர்கள் அனைவரும் அனலில் இருந்து
தப்பித்துக்கொள்ள தம் வீட்டினுள்ளேயே முடங்கிக்
கிடக்கின்றனர்.
என்னோடு மது அருந்திக்களிக்க எவர் வருவர்?
இதோ என் கைநிறைய மலைப்பழங்களை
நீட்டுகிறேன்.
ஆனால் வைன் ஜாடியின் அருகே என்னைத் தவிர
எவருமேயில்லை.
பாயாய் விரிக்க கோரைப்புற்கள் உள்ளன.
உணவு பரிமாறும் தட்டாய் வாழை இலை உள்ளது
குடித்து முடித்ததும், மோவாயின்மீது கைவைத்து
அமர்ந்திருக்கிறேன்
சுமேரு மலையோ கவண்கல்லை விடவும் சிறியதாய்
காட்சியளிக்கிறது.

30

நான் அரும்பாடுபட்டு மூன்று வரலாறுகளையும்
அறிந்துகொண்டது வீணாய்ப்போனது
நான் மிகுகவனத்துடன் ஐந்து செவ்விலக்கியங்களையும்
வாசித்தது பயனற்றுப்போனது.
எப்போதும் போல, ஒரு அற்ப குமஸ்தாவாக
வரிவிதிப்புப் பேரேடுகளில் கிறுக்கியபடி,
முதுமையெய்தும் வரையிலும் கணக்குகளைச்
சரிபார்த்துக்கொண்டிருக்கப் போகிறேன்;
"ஐ சிங்"கிடம் ஆரூடம் கேட்டேன், எதிர்காலத்தில்
பிரச்சினை இருக்குமெனக் கூறியது.
என் ஓட்டுமொத்த வாழ்க்கையுமே தீய
நட்சத்திரப் பலன்களாலேயே ஆளப்பட்டு வந்துள்ளது.
என்னால் நதியோர மரமாக இருக்கமுடிந்திருந்தாலும்
கூட,
ஒவ்வொரு வருடமும் மீண்டும் பசுமைக்குத்
திரும்பியிருப்பேன்!

43

நானாகக் கண்டறிந்து, நான் வாழவென
தூரதேசமொன்றைத் தேர்வு செய்தேன்
அதுவே தியான்-டாய் இதற்குமேல் நான் கூற
என்னவுள்ளது?
பள்ளத்தாக்கில் மூடுபனியின் கடுங்குளிர்நிறைந்த
காலங்களில் குரங்குகள் ஓலமிடும்
கல்மலைகளின் நிறமும், புற்களாலான என்
வீட்டுக்கதவின் நிறமும் ஒன்றிப்போகும்.
எனக்கென ஒரு குடிலை முடைந்துகொள்வதற்காக
தேவதாரு மரங்களிடையே இலைகளைப்
பொறுக்கியெடுத்தேன்.
குளமொன்றை வெட்டி, சுனையிலிருந்து குளத்திற்கு
சிற்றோடையொன்று வர வழிசெய்தேன்.
தற்போது உலகின் உதவியின்றி வாழ நான் கற்றுக்
கொண்டேன்.
சூரல் இலைகளைச் சேகரித்தபடியே என் வாழ்வின்
மீதி வருடங்களையும் கழித்துவிடுவேன்.

87

புத்த மதகுருமார்கள் மதக்கட்டளைகளைப்
பின்பற்றுவதில்லை
தாவோயிசம் கடைப்பிடிப்போரோ அமரத்துவ
குளிகைகளை உண்பதில்லை
பழங்காலத்திலிருந்தே பலவாயிர அறிஞர்பெருமக்கள்
வாழ்ந்து வந்துள்ளனர்
அவர்கள் அனைவரும் அதோ அந்தப் பசுமையான
மலையின் கீழே கிடக்கின்றனர்.

(குளிர்மலை / ஹான்ஷான் / தமிழில் சசிகலா பாபு /
எதிர் வெளியீடு / ஜனவரி 2020 / ரூ.130)

அன்றாடத்தின் துயர் வரிகள்

அகச்சேரனின் முதல் கவிதைத் தொகுதியான அன்பின் நடுநெரம்பு (2012) பிறகு, ஏழு வருடங்கள் கழித்து இரண்டாவது தொகுப்பாக வந்துள்ளதுதான், இத்தொகுதி. அதிக இடைவெளி என்பது கவிஞரின் எழுது மனோநிலைதான் காரணமாக இருக்கலாம்.

இவரின் முதல் தொகுதியின் சில கவிதைகளை அவ்வப்போது வாசித்திருக்கிறேன். இரண்டாவது தொகுப்பை வாசிக்கும்போது, அவருக்குள் ஒரு பக்குவமும் மென்மையும் தீர்க்கமும் வந்திருப்பதைக் காணமுடிகிறது.

ரெப்பை அரிந்த விழி தொடங்கி அமரத்துவம் வரையிலான 29 கவிதைகளை முதல்வாசிப்பில் வாசிக்கும்போது, துயரம் ஒரு மலையாக, மேகமாக எனக்குள் படர்ந்துவிட்டது.

இரண்டாவது முறை வாசித்தேன். துயரத்திற்கு அடுத்ததாக நிலம் புலப்பட்டது. மூன்றாவது வாசிப்பில், அகச்சேரனின் உலகம் துயரங்களாலும் மரணங்களாலும் சூழ்ந்த வாழ்வு எனத் தெரிய வருகிறது. பெரும்பாலான கவிதைகள் முழுக்க இயலாமையின்பால் நிகழ்ந்த மரணமும், துரதிர்ஷ்டமும் ஒரு ரேகையாகப் படிந்துள்ளதைக் காணமுடிகிறது.

ஒருவகையில் இவற்றை அகக் கவிதைகள் என்றோ, சுயசரிதைக் கவிதைகள் என்றோ சொல்லலாம். தங்கை, தாய், செல்ல மகள் என விரியும் கவிதைகளில் பாசமும் பிரிவும் ஒருசேர இயலாமையால் அமைந்துவிடவே சோகம். இதற்கு 'அம்மா விழுந்தாள்' கவிதையே சாட்சி. ரத்த உறவு கவிதையில், தந்தையும் மகளும் அழுகைக்காக வளர்வதாகக் குறிப்பிட்டிருப்பதும் மற்றொரு சாட்சி.

மரணத்திற்குப்பிறகும் வெட்டுக்கத்தியைப் பார்க்கும் மீன், தேநீர்த் தட்டோடு இறக்கும் அம்மா, கோபத்திலும் துயரத்திலும் தன்னை இழந்துகொண்டிருக்கும் மலைகள், பறிக்கப்பட்ட பிறகும் மௌனமாக இருக்கும் மலர், தாயின் சாலை விபத்து மரணத்தை அறியாமல் சாலையில் விளையாடும் நாய்க்குட்டி மரணம், யாவரையும் அன்பால் வீழ்த்தும் கவிஞர் பாபுவின் மரணம், தொங்கிய மகள், மலிவான மரணம் எனப் பல படிமங்கள், மரணத்தின் வெவ்வேறு வடிவங்களையும் குணங்களையும் காட்டுகின்றன. துயரம் ஒரு கண்ணீராக மாறி மரிப்பதை நான் காண்கிறேன்.

அகச்சேரன் தன் வாழ்வையும் சில கவிதைகளில் எழுதி இருக்கிறார். மருத்துவமனை உச்சியில் பறக்கும் குருவிகள் சாட்சியாக, தனக்காக நிரந்தரமின்மை உள்ளதைப் பேசுகிறார். அமரத்துவம் கவிதையில் உச்சி விளிம்பில் யூகலிப்டசும் அவருடைய கண்ணீரும் இருப்பதாக எழுதுகிறார். சித்திரம் கவிதையில் மளிகைக் கடைக்கு, ஆஸ்பத்திரிக்கு, குப்பை மேட்டுக்குச் செல்லும் அம்மா, சிறுவன், குழந்தை மூவரும் செல்கிறார்கள். தனிமை அவர்களுக்குள் ஒரே தனிமையாக இருக்கிறது. வெகுதொலைவில் இருக்கும் தந்தைக்கோ, தன்

குடும்பம் இனிய சோலையாக இருப்பதாகத் தெரிகிறது. இந்த இனிய சோலையைத்தான் பல கவிதைகள் வழியாக அகச்சேரன் வேண்டுகிறார்.

என் சிறிய புரிதலும் ஒப்புதலும் கவிதையை முன்னிட்டு என்கிற அகச்சேரனின் தன்னுரை, அவர் கவிதைகளுக்கு ஒத்துப்போகிறது. அதாவது அவர் வாழ்வின் கணங்களுடன் கவிதைகளும் ஒத்துப்போகிறது. இன்றைய நவீன கவிஞர்களிடம் இல்லாத நேர்மை அகச்சேரனிடம் உள்ளது. அன்றாடத்திற்கு ஒப்புக்கொடுத்துள்ள இக்கவிதைகள், அவ்வளவு நேர்மையாக, நம்பகத்தன்மையாக உள்ளவைதான்.

சமகால அரசியல் கவிதைகள் சிலவற்றில் எனக்குப் பிடித்தமான ஒன்று, மிகுபோதையின் சிறுநீர்ச் சொட்டே என்ற அவருடைய கவிதை. எனது நேர்காணல் ஒன்றில், சிலைகளை, கவிதைகளால் உடைக்க விரும்புவதாகச் சொல்லியிருந்தேன். அதனினும் அதிகமாக, சிறுநீர்ச்சொட்டுகளால் சிலைகளை உடைப்பவராக அகச்சேரன் எழுதியிருக்கிறார். வாழ்த்துகள் அகச்சேரன்! நாங்களும் இணைந்து சிலைகளுக்கு எதிராகப் பெய்வோம்.

"கவிதையைப் படிமக் காட்சி என்றும், எளிய உரைநடையில் எள்ளல் தன்மையென்றும் கூர்மையான மொழியில் அகச்சேரனால் நுட்பமாக வழங்க முடிந்திருக்கிறது. மொழியை இத்தனை பொறுப்போடும் துல்லியமாகவும் பயன்படுத்துபவர்களை இன்று காண்பது அரிதாகவே உள்ளது" என்கிற ஸ்ரீநேசன் பின்னட்டை குறிப்பும் மிகச் சரியாகவே படுகிறது.

மிகச் சிறிய தொகுப்பு இது என்று சொல்வதற்கு முடியாது அளவிலான பெரும் உணர்வுக்கவிதைகள் கொண்ட தொகுப்பு இது. இவர் கவிதைகளைப் பற்றி, இவர் கவிதைகளின் வழியாகவே பற்றிச்சொல்லிவிடலாம். "புறந்தள்ளி எம்பும், சிறுகால் உதைப்பில் ஆடும், குருவி எனப்படாததின், வானுயர்ந்த பொன்னூசல்" தான் அது. வானுயர்ந்த பொன்னூசல் யாவர் கண்ணிலும் தரிசனமாகவேண்டும். அதிக பொன்னூசல்களை இவர் தொடர்ந்து எழுதவேண்டும்.

தொகுப்பைப் புரிந்துகொள்ளச் சில கவிதைகள்

○

அம்மா விழுந்தாள்

அம்மா விழுந்தாள்
நன்றாகவே பின்கட்டிலிருந்து
தேநீர்த் தட்டோடு நடந்து வந்தவள்
வீட்டின் சகல
ஜடங்களும் உயிர்களும் பார்க்க
இடறி
தூக்க எத்தனிக்காத
என் கற் கைகளை நண்பனிடம்
குறைபட்டேன்
வீட்டில் மறைந்திருந்த
பாழ்ங் கிணற்றை அறிந்த பீதியில்
இன்றைய தேநீரோடு
அம்மா நடந்து வருகிறாள்
நான் என் கைகளை கைகளை...

○

பிற்பகலின் நம்பிக்கை போன்ற மலை

நடுப்பகலில் நிராதரவாய்
புறவழிச் சாலையில் இறக்கி விடப்படுகிறீர்கள்
அடிபட்டு இறந்து இரண்டு நாளான நாயின் நைந்த
சடலம்
உங்கள் கண்களில் தட்டுப்பட்டிருக்கக்கூடாது
அக் கடுப்பகலில் நாய்க்கு ஆதரவாக நிற்க முடியாததுதான்
உங்கள் பசியால் பூமியின் விளிம்பில் நிற்பதாய்
உணரும் கணம்
திரும்பி அருகிருக்கும் மலையைப் பார்க்கிறீர்கள்
நிழல் உங்களைக் கூப்பிடுகிறது
நடக்கிறீர்கள்

அடைந்து சிறிய கடையில் பசியாறி
கைகழுவும் பின்பக்கம்
பார்க்கிறீர்கள்
சூரியனுக்கும் மேலே வளர்ந்திருக்கும்
மலை தந்த நிழலில்
நான்கு நாய்க்குட்டிகள் விளையாடிக் கொண்டிருப்பதை.

O

மிகுபோதையின் சிறுநீர்ச் சொட்டே

மிகுபோதையின் பிடரியில் விழுந்தது மரண அடி
மிகுபோதையும்
காக்கி உடுப்பணிந்த மரண அடியும்
தங்கள் பிணைப்பை
உறுதி செய்துகொண்டன
மிகுபோதையோ சிலைகளின் அடியில் சிறுநீர் கழித்து
பீடத்தை நொறுங்கச் செய்ய வல்லது
சிலைகளின் அசைவின்மையைத் தொழுவது
ஜீப்பில் வலம்வரும் மரண அடி
சிலைகளின் தலையில் இருந்துவிட்டுப் போகும்
காகங்களிடம் மரண அடியின் பாச்சா
ஒருநாளும் பலிப்பதில்லை
சிலைகளைத் தகர்க்க
பீடத்தில் இன்னும் பெய்க
என் மிகுபோதையின் சிறுநீர்ச் சொட்டே.

O

ஸ்தானம் அல்லது
புதுமைப்பித்தன் எழுதிக்கொண்டிருந்தார்

முடிவாக
வேறு வழியின்றி
என் சந்துமுனை விளக்குக்
கம்பத்தினடியிலேயே
நின்றுகொள்ள எண்ணினேன்

அந்த விளக்கின் ஒளி பரவாதது
கடை மறைக்கிறதென இட்லிக்காரக்
கிழவியால் துரத்தி அடிக்கப்பட்டேன்
போய் நின்றதுமே
உச்சியில் அமர்ந்து
கவிழ்ந்த வெளிச்சத்தின்
பின் மண்டையில் கால்மிதித்தபடி
இருளில் புதுமைப்பித்தன்
எழுதிக் கொண்டிருந்தார்.

O

நெடுஞ்சாலையின் காற்றைக் கிழித்துக் கொண்டு
இந்த பஸ் ஏன் இப்படி
அரளிகள் பின்னோட வெறிபிடித்தோடுகிறது?
இருநிலைகளிலும் வெறுமையைக் காண்தற்கா
இந்தப் பித்து?
இந்நடையில் லாவகமாக உயிர்தப்பிய
ஓணானை நிமிர்ந்து நோக்காத
ஆன்ராய்டு மண்டைகளை இன்னும்
குனிந்து கொள்ள கேட்டுக் கொள்ளலாம்
யார் ஆட்டுவிப்பு இது?
அடிவானைத் துளைக்கிறதே
காற்றொலிப்பான்
நியதியின் உறுமலை
மறக்கவில்லை பழைய எஞ்சின்
பாவம் அந்த நான்கு சக்கரங்களுக்கும்
அநாதை என்று பெயரே
கணப்பொருத்தம்

O

ரத்த உறவு

நேற்றைக்கு நாம் சேர்ந்துபோன
பாதையில் முட்களை விளைக்கிறது
காலம்

பொழுதுகளை
சிறுபிராயத்தைவிட மூர்க்கமாக
சண்டையிட்டு நாம் வீணாக்கலாம்

பார்
நாம் தனித்தனியே அழுகிற அளவிற்கு
வளர்ந்துவிட்டோம்.
(தங்கைக்கு)

O

ஈகோ

ஆயினும் நான் முன்வருகிறேன்
உன் பாதங்களில் நசுங்க

பரந்த மைதானத்தின் மூலைச்சருகே
நான்.

O

எதனைவிடவும்
மலையின் எண்ணம்
உண்மையிலேயே பெரியதுதான்
இல்லையெனில்
பரந்த நிலத்தைப் பார்ப்பதற்கு
வாய்ப்பேது

O

(அந்த விளக்கின் ஒளி பரவாதது / அகச்சேரன் /
புது எழுத்து / டிச.2019 / ரூ.50)

பனி வரிகள்

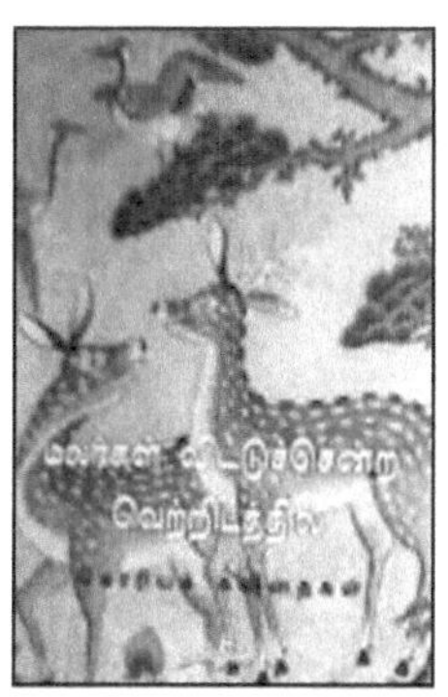

சில மாதங்களுக்கு முன் *comfort women* என்ற கட்டுரையுடன் கிம் ஹை சூன் சில கவிதைகளைக் கவிஞர் விருட்சன் மொழிபெயர்த்துக் கல்குதிரை இதழுக்கு அனுப்பி வைத்தார். ஜப்பானியர்களின் கொடூரமனம் என்ன என்பதை அக்கட்டுரையில் அறியமுடிகிறது. ஜப்பான் ராணுவம் அமைத்த முகாமில், ராணுவத்தினரின் காமத்தைத் தீர்த்துக்கொள்ள, கொரிய சிறுமிகளையும் பெண்களையும் கொண்டு வன்புணர்வு செய்திருக்கிறார்கள். இதை அவர்கள், *comfort women* என்ற சொல்லால் வரையறுத்து வன்புணர்வு செய்திருக்கிறார்கள். பாதிக்கப்பட்ட பெண்களின் துயரமாகவே கொரியாவை நான் காண்கிறேன். அந்த மண்ணில் எழுதப்பட்ட கவிதைகளை, "மலர்கள் விட்டுச்சென்ற வெற்றிடத்தில்" என்ற பெயரில் ப.கல்பனாவும், பா.ரவிக்குமாரும் இணைந்து மொழிபெயர்த்திருக்கிறார்கள்

கொரிய கவிதைகள் மொழிபெயர்த்ததற்குச் சுவாரசியமான சூழல் ஒன்றைப் ப.கல்பனா கூறுகிறார். ஓய்வாக இருக்கும்போது தான் பார்த்த கொரியத் தொலைக்காட்சித் தொடர்களில் வெளியான இயற்கைப் பின்புலம், மண்ணின் சாயல், மருவற்ற எழிலான முகங்கள், மக்களின் நேசமிக்க பண்பாடு, மூத்தவர்களுக்கான மரியாதை ஆகியவை கொரிய கவிதைகள்பால் செலுத்தக் காரணமாக இருந்ததைப் பதிவு செய்திருக்கிறார். இந்த நல்ல உந்துதல், ஒரு நல்ல கவிதைத்தொகுதியை ஏற்படுத்தியிருப்பது ஆரோக்யமானது. பிறகு ப. கல்பான அவர்கள் தேர்ந்தெடுத்த கொரிய கவிதைகளைச் சரிசமமாகப் பிரித்து, பா. ரவிக்குமார் இணைந்து மொழிபெயர்த்திருக்கிறார். இத்தொகுதியில் இருக்கும் 68 கவிதைகளில் எவற்றைப் ப. கல்பனா மொழிபெயர்த்தார்? எவற்றைப் பா. ரவிக்குமார் மொழிபெயர்த்தார்? என்ற தெளிவு இல்லை. மொழிபெயர்ப்பின் அம்சம் மொழிபெயர்ப்பவரின் மொழியில் அமையும்போலும். பெரும்பாலான கவிதைகள் புதுக்கவிதையின் தன்மையில் உள்ளன. சில கவிதைகள் நவீன கவிதை மொழியில் சொல்லப்பட்டுள்ளன.

நம்மால் இத்தொகுப்பில் உள்ள கவிதைகளை ஒரே மூச்சில் வாசிக்க இயலாது. தொடர்ந்து என்னால் வாசிக்கவும் முடியவில்லை. மனம் ஒரு சீராக வாசிக்கும்போது, ரஷ்ய நாவல்களில் விழும் பனி, இக்கொரிய கவிதைகள் முழுவதும் படர்ந்து மின்னுகிறது, ஒரு மின்மினியைப் போல. ஒரு துக்கம், ஒரு சந்தோஷம், ஒரு பிரிவு, ஒரு கண்ணீர், ஒரு தனிமை எனப் பனி வெவ்வேறாகக் கொரிய மனிதர்களின் வாழ்வில் ஓர் அம்சமாக நிலைத்திருக்கிறது.

கொரிய மனிதர்களின் மனமாகவும் சாட்சியாகவும் பனி இருப்பதைப் பல கவிதைகள் வெளிப்படுத்துகின்றன. ஒருவேளை நிலப்பரப்பு ஒட்டிய கவிதைகளை மொழிபெயர்ப்பாளர்கள் தேர்ந்தெடுத்தும் இருக்கலாம். பனி இரவு, பனிப்பாதை, ஒரு முன்பனிக் கடிதம், மின்மினி, பனி, பனிக்கால மரம், பனி பொழியும் காலை, பனிசூழ் கிராமம் ஆகிய கவிதைத்தலைப்புகள் இதற்குச் சான்று. தலைப்பில் இல்லாமல் பெரும்பாலான

கவிதைகளில் பனி, ஓர் அங்கமாக மாறிவிட்டிருக்கிறது. மொத்தமுள்ள கவிதைகள் 32 கவிஞர்களுடையது. அதில் மூத்த கவிஞர்கள் முதல் இளைய கவிஞர்கள் வரை அடக்கம். பின்குறிப்பில் அவர்களைப் பற்றிய விவரக்குறிப்பு சுருக்கமாகவும் ஆழமாகவும் சொல்லப்பட்டிருக்கிறது. *Jung Kut-byol* கவிஞரின் பிறந்த ஆண்டு குறிப்பு மட்டும் இல்லை. 1964 என்று வாசகர்கள் சேர்த்துக்கொள்ளலாம்.

இத்தொகுப்பில் உள்ள கவிதைகளை வாசிக்கும்போது கொரிய வரலாறு. பண்பாடு ஆகியவற்றைப் பற்றிய அறிமுகம் தேவை. அதை மொழிபெயர்ப்பாளர்கள் சுட்டி இருக்கிறார்கள். பெர்சியன் மலர்கள் பற்றி, சோஜி (மது) பற்றி அறிந்தபின் கவிதைகள் இன்னும் வலுப்பெறும் என்பதில் எந்தச் சந்தேகமும் இல்லை.

தமிழ் நவீனகவிதைகளில் வானம்பாடியின் கவிதைகளில் ஒளிரும் மிகை உணர்வும் ஒவ்வாமைதரும் உவமை உருவகங்களும் இக்கவிதைகளிலும் பரவி இருக்கின்றன. உணர்ச்சியின் கொந்தளிப்பை மட்டுப்படுத்த இயலாத கவிதைகளே இவை. மே சதுக்கத்தில் உள்ள அன்னையர்தினக் கவிதைகள். சியோல் நகரம், குவாங்ஜூவில் ஜப்பானியர்களின் அட்டூழியம் குறித்த கவிதைகள், படுகொலைக் கவிதைகள் யாவும் இந்தக் கொந்தளிப்பின் மிகை உணர்வாகிவிடுகின்றன. என்னால் இத்தொகுப்பில் சில கவிஞர்களின் கவிதைகளோடு மட்டுமே உரையாடமுடிகிறது. அதிலும் 1965க்குப் பிறகு பிறந்த கவிஞர்களின் கவிதைகள் நம் இன்றைய சூழலுடன் ஒத்துப்போகிறது. அடுத்தமுறை மொழிபெயர்ப்பில் சமகால அல்லது 2000க்குப் பிறகான கொரிய கவிஞர்களின் கவிதைகளை மொழிபெயர்க்கும்போது, தொகுப்பின் மனம் வேறாகவும் மாறக்கூடும்.

இக்கவிதைகளின்மீது ஒரு போர்வையாகப் பனி படர்ந்து இருக்கிறது. அப்போர்வையின்கீழ் வறுமையின்பிடியில் தந்தையின் உடலைப் போர்வையாக்கிக்கொண்ட சிறுவனின் அழுகையையும். மஞ்சள் நாயின் உடல் சிவப்பு உடலாகும்படி,

ஜப்பானின் கொடூரத் தாக்குதலில் தெறிக்கும் ரத்த தெருக்களின் வரலாற்றையும் காண்கிறேன். காமம், காதல். தனிமை, தத்துவம், வரலாறு, கொரியாவின் ரத்தக்கறை படிந்த வாழ்வு என யாவும் பனிவழியாகவே சொல்லப்படுகின்றன. பனி ஒரு கதைசொல்லியாகவே பல கவிதைகளில் அமைந்திருக்கிறது. இன்னும் சொல்லப்போனால் அது ஓர் உவமை, ஓர் உருவகம். ஓர் உரையாடல். சிலவேளை கேள்விகள். காதல் கவிதைகள், பாசக் கவிதைகள், நாட்டுப் பற்றுக் கவிதைகள், நாட்டின் வரலாற்றைப் பற்றிய கவிதைகள், நிலக்காட்சி வருணனைகள் என விரியும் இத்தொகுதியில் சில கவிதைகளைக் கீழே தந்துள்ளேன்.

பனிப்பாதை

Chung Ho seung

யாரோ ஒருவர் நடந்த காலடித் தடங்களைக்
காண்கிறேன்
முழு வெண்பனிப் பாதையில்,
அவை பறவைக்குரியவை.
நல்லவேளை

O

ஒரு முன்பனிக் கடிதம்

Kim young taek

எனக்கு மேலே உள்ள
மலைகளிலிருந்து
அழகான இலைகளனைத்தும்
உதிர்ந்துவிட்டன
பனியற்ற மலைக்காக ஏங்கி
வெண்பனி
ஆற்றின்மீது விழவும் கூடும்
பனிவிழும் முன்னர்
உன்னைக் காண ஆசைப்படுகிறேன்.

O

பனி

Yun dong-ju

நேற்றிரவு
பனி பொழிந்தது மிகுதியாக.
கூரைகளின்மீது
பாதைகளின்மீது
பண்ணைகளின்மீது
ஒருவேளை அது
குளிரிலிருந்து நம்மைக் காக்கும்
போர்வையாக இருக்கலாம்.
அதனால்தான் குளிர்ந்த பனிக்காலத்தில் மட்டுமே
விழுகிறது அது.

O

காதல்: ஒரு தொலைதூரத் தொலைபேசி அழைப்பு

Moon in-soo

அப்படியானால் அங்கே மழை பெய்கிறதா?
இங்கே வெளிச்சம், வெயில் காய்கிறது
உன் சோகம் மெதுமெதுவாய் உலரத் தொடங்குகிறது
நான் மெதுவாக மூழ்கத் தொடங்குகிறேன்.

O

பெர்சிமன் மலர்கள்

Kim jun-tae

உதிரும் பெர்சிமன் மலர்களை எண்ணினேன்
என் இளம் வயதில்
படைவீரர்களின் தலைகளை எண்ணினேன்
போர்க்காலத்தில்
இப்பொழுது
பணத்தை எண்ணுகிறேன்

பெருவிரலில் எச்சில் தொட்டு.
எதை எண்ணப்போகிறேனோ
எதிர்வரும் காலத்தில்.

○

தீவு
Jung hyun -jong

மனிதர்களுக்கிடையில்
இருக்கிறது ஒரு தீவு.
கடக்க விரும்புகிறேன்
அந்தத்
தீவை.

○

உப்புக் கருவாடு
Park hou- ki

இரவில் ஓர் ஏழைத்தந்தை உறங்குகிறான்
பரிதாபத்திற்குரிய தன் மகனை அரவணைத்தபடி
இரவில் குழந்தை உறங்குகிறது
வெதுவெதுப்பான போர்வையையும்
சூடான உணவையும் கனவு கண்டபடி
இரவில் பெருந்துயரம் உறங்குகிறது
சிறுதுயரத்தை அரவணைத்தபடி.
இரவில் சுரங்க இரயில் நிலையத்தில்
ஆலங்கட்டிமழை உப்பைத் தேய்க்கிறது புண்ணில்
நாளிதழ்களின் பக்கங்களைப் புரட்டியவாறு.

○

குவாங்ஜு, எங்கள் அன்பே
Kim Young-taek

குவாங்ஜு, எங்கள் அன்பே
சர்வாதிகாரியின் வருத்தும் பனிக்காலத்திலும்கூட

உறையாது.
துப்பாக்கிக் குண்டுகளைப் போலக்
குவித்து வைக்கப்பட்ட போதிலும்கூட
பனிகுவியாது.
இங்கே உயிரோட்டமான தண்ணீர்
சேர்ந்து பாய்கிறது
நீரோடையோடு.

O

நாக்கு
Moon tae-jun

வைகறையில் கண்விழித்தபோது
உடல்நலமில்லாத அம்மாவின் நினைவு
என்னை அறுத்தது.
குழந்தையாக இருக்கையில்
என் கண்ணில் தூசி விழுந்தபோது
அம்மா தன் வாயைக்
குளிர்ந்த நீரால் கழுவி
என் கருவிழியைத் துடைத்தாள்.
மென்மையான தசைகொண்ட
தன் நாக்கினால்
என் ஆன்மாவைத் தழுவினாள்.
மேலும்,
அவள் கண்களில் எரியும் நெருப்புத் துளைமீது
ஈடுபாட்டுடன் நான் மயங்கியபோதும்
மயங்காதபோதும்
நெருப்பு பளீரிட்டது
துயரத்துடன் துலாயிலிருந்து சிம்லிக்கு.
ஏழாம் மாதத்தின்
ஏழாம் நாளைக் கொண்டாடியபோது
புத்தர் சிலையாக
அவள் தன் மெல்லிய கரங்களால் வழிபட்டாள்.
இப்பொழுது

புத்தர் சிலை
அவள் கருவிழிகளில்
வாழ்வின் மரபுகளை
அவளிடமிருந்து பெறமுடியாமல்போனால்,
என்ன ஜென்மம் இது?
நேர்த்தியான பற்களுடைய சீப்பாக
நான் ஆகமுடியுமா
அவளுடைய கூந்தலுக்கு?
எந்த ஜென்மத்தில்
என் நாக்கு
அவளுடைய கல்லான கருவிழிகளைக்
கழுவும்?
மெதுவாக என் கழுத்தை
அவளருகில் கொண்டு சென்று
நான் அழுதேன்
அப்படி அழுதேன்
ஈரமானது காலை.

○

குடிகாரன்

Ko un

நான் என்றுமே தனித்த நிறுவனம் இல்லை
அறுபது டிரில்லியன் அணுக்கள்!
நான் வாழ்தலின் மொத்தம்
நான் வழிநெடுக அங்குமிங்கும் தடுமாறுபவன்.
அறுபது டிரில்லியன் அணுக்கள்
ஓட்டுமொத்தமும் குடித்தபடி.

○

என்னையே அழித்துக்கொள்ளுதல்

Oh sae-young

மலைமீது
மலையுடன் இணைந்து வாழ்தல் என்பது

மலையாக மாறுவது தான்.
தன்னை அழித்துக்கொள்ளும் ஒரு மரம்
காடாக மாறுகிறது.
தன்னை அழித்துக்கொள்ளும் ஒரு காடு
மலையாக மாறுகிறது.
மலைமீது
மலையுடன் நட்புகொண்டு வாழ்வதென்பது
என்னை அழித்துக் கொள்வதுதான்.
என்னையே அழித்தல் என்பது
உன்னையும்
அழிப்பதுதான்.
இரவு முழுவதும்
ஏக்கத்துடன்
தன்னையே எரித்துக்கொண்டு
மலரும்
மணிமலரைப் போல
அழித்துக்கொள்ளும்
பனித்துளி,
மூடு பனியாகிறது.
தன்னை அழித்துக் கொள்ளும்
மூடு பனி
நீல வானமாகிறது.
அதைப்போல,
மலையின்மீது
மலையுடன் இணைந்து வாழ்தல் என்பது
என்னையே.

(மலர்கள் விட்டுச்சென்ற மவெற்றிடத்தில் / மகாரிய கவிதைகள் / தமிழில் –
ப. கல்பனா, பா. ரவிக்குமார் / பரிசல் புத்தகநிலையம் / ரூ. 150)

தத்திக் கப்பலின் நடனம்

ஒரு கவிதை எதைப் பற்றிப் பேசத் துடிக்கிறது? அது பேசிய பிறகு நமக்குள் எந்தவிதமான மாற்றத்தை ஏற்படுத்துகிறது? கவிதை என்பது அந்தரங்கமான ஒன்றா? நம் அந்தரங்க வாழ்வின் கவிதைகள், பொதுவெளியில் யாவரின் அந்தரங்கம்தானா? தனித்தனி அனுபவங்களாலான கவிதைகள் ஒரு தொகுதியாக அமையும்போது நாம் தேடும் இழை கவிஞருடையதா? கவிதைகளுடையதா? எனப் பல கேள்விகள் பா.ராஜாவின் கவிதைகளில் எழச்செய்கின்றன.

அந்தரங்கத்தன்மையிலான பல கவிதைகளில் துயரம் ஒரு மீட்கமுடியாத, ஆறாத வடுவான சம்பவமாக நிகழ்கிறது. தனக்கு ஏற்பட்ட துயரமே தன் மகளுக்கு வருவதையும், தாயின்

அன்பையும் பரிதவிப்பையும் ஒருசேரப் பகிரும் கவிதைகள் இவை. அம்மாவின் கூழாங்கல்லில் தேள், பூரான் அடித்த தடயமும் வாசனையும், இன்னொரு பக்கம் மாத்திரைத்துரளில் தடயமும் அமைந்திருப்பதைக் குறிப்பிடுகிறார். இக்கவிதையில் அம்மாவின் மணத்தை மருந்துநெடியாகவும், மறுபுறம் குருதிக்கவிச்சியின் நெடியாகவும் இருப்பதையும் எழுதுகிறார். துயரமும் தோல்வியும் ஒருசேர கறுப்புக்குதிரையாக அவரையும், பிறகு அவரது மகளையும் பள்ளத்தாக்கில் தள்ளிவிடுவதை ஒரு கவிதையில் நாம் பார்க்கமுடிகிறது.

இயலாமை ஒரு கிளையாக எங்கும் படர்வதைக் காணலாம். ஒரு காரினை மூச்சிரைப்போடு வெறிகொண்டு விரட்டிச்சென்று, பின், சலவாய் ஒழுகும் நாவோடு, திசையை வெறித்துவிட்டு, தலைகவிழும் , இந்த நாயால் கவிதையில், அவ்வளவுதான் முடியும் என்று முடிக்கிறார், கவிஞர். கத்திக்கப்பலைச் செய்யமுடியாத தன்னை ஒரு தத்திக்கப்பல் என உருவகப்படுத்திக்கொள்கிறார்.

வெகுஜனக் கவிதைக்கும் தீவிர எழுத்துக்கும் இடையில், பெரிய அளவில் அவருடைய கவிதைகள் தடுமாறுவதைப் பார்க்கமுடிகிறது. கீழ்நோக்கு நாள் கவிதைகளில் விவரிக்கப்படும் அடுக்குச் சம்பவங்கள் ஒவ்வொன்றும் கனமானவை. அதன் விவரிப்பில் அது வெகுஜனவடிவத்தைப் பெற்றுவிடுகிறது. ஒவ்வொரு சம்பவத்தையும் தனித்தனியாக விரிவாகவும் ஆழமாகவும் எழுத நவீன கவிதை வழிசெய்கிறது. இன்னொன்று குறியீடு. வெகுஜன எழுத்தின் பெரிய பலவீனம்தான் குறியீடு. உதாரணத்திற்கு நவீன மனம் கொண்ட கறுப்புக்குதிரை கவிதையில் கறுப்பு ஒரு குறியீடாக இருக்கிறது. இந்தக் கறுப்பை அவர் வெளிப்படையாகச் சொல்லும்போது நவீன மனம் வந்துவிடுகிறது. பிரிபிரியாய் அறுபடும் கயிறு கவிலதையும் தன்னை வெளிப்படுத்த திணறுவதும் மேற்கண்ட தன்மையால்தான். உயிர்வலி என்ற கவிதையில் வரும் அந்தச் சொல் எது என்பதை வெளிப்படையாக எழுதும்போது நவீன கவிதையாகிறது. வெகுஜன எழுத்து எப்படி நவீன மனமாகிறது என்பதற்கான ஒரு சான்றாக, அசம்பாவிதம்

கவிதை அமைந்துள்ளது. குறுக்குவெட்டில் அலறி ஓடும் ஆம்புலன்ஸ் என முடியும் கவிதையில் அசம்பாவிதம் கவிதை நவீன மனம் பெற்றுவிடுகிறது.

யதார்த்தவாத எழுத்தினை மறுத்த புனைவு சில இத்தொகுதியில் உள்ளன. யானை மார்க் ஓடுகள் அப்படியான கவிதை. ஐஸ்கிரீம், மீதமிருப்பவர்களுக்கான ஒரு நட்சத்திரக் கவிதை. புகைப்படத்திலிருந்து, பூனை, ஏரி ஆகிய கவிதைகள் தொகுதிக்குப் பலம் சேர்ப்பவை. ஒரு பக்கம் அந்தரங்கம், ஒரு பக்கம் அதிகார எதிர்ப்பு, ஒருபக்கம் இயலாமை, ஒரு பக்கம் யதார்த்தத்தை மீறத் துடிக்கும் எழுத்துகளாகப் பா.ராஜாவின் கவிதைகள் அமைந்துள்ளன. தனிமையும் காத்திருப்பும் பல கவிதைகள் உயிரோட்டமாக இருக்கிறது. செல்லமகள் பென்சிலைச் சீவும்போது மகளின் விரலில் ஏற்படும் குருதியும் வலியும் தொகுதி முழுவதும் குறியீடாகவும் மொழியாகவும் பரவியிருக்கிறது. வானில் பறந்து எண்ணமுடியாத நட்சத்திரங்களைக் கனவில் எண்ணிக்கொண்டிருக்கும் சிறுமியாகத்தான் பா.ராஜா தென்படுகிறார். நாம் எழுதத் துடிக்கும் கவிதைகளும் அச்சிறுமியாகத்தான் இருக்கக்கூடும். ஒரு கத்திக்கப்பலையும் செய்யமுடியாத ஒரு தத்திக்கப்பலின் மனம்தான் நவீன கவிதையுடையதும்கூட.

தொகுப்பிலிருந்து சில கவிதைகள்

மகளுக்கு ஒன்றுமில்லை

என்ன நடந்தது என்ற கேள்விக்கு
சாப்பிட்டாயா என்று பேச்சை மாற்றாதே
ஷிப்டிற்கு வந்திருந்தாய்
போனில் தகவல் வர
அழுகையோடு விழுந்தடித்து ஓடினாய்
பின்
பட்டறைக்கு இழவுச்செய்திதான் வந்தது
கும்பலாய் வந்தோம்
கைதொட்டும்
கட்டிப்பிடித்தும் ஆறுதல் சொன்னோம்

எப்படி எனும் கேள்விக்கோ
திசைக்கொன்றாய் பல பதில்கள்
நீ மட்டும் மவுனமாக இருந்தாய்
இப்போது கேட்கிறேன்
சொல்
என்ன செய்யலாம் அதை

O

யானை மார்க் ஓடுகள்

என் படுக்கையறை கூரையில் மொத்தம் 180 ஓடுகள்
கம்பெனி இலச்சினையில் யானை
நள்ளிரவில்
எனது தலையணையின் இரு வாத்துகள் முன்
180 யானைகளில் ஒன்று குதிற்றுத் தோன்ற
ஒரு வாத்து சித்தபிரமை கண்டுவிட்டது
மற்றொன்று
யானை மிதிக்கத் தோதாய் அமர்ந்திருக்கிறது.

O

இந்த நாயால்...

ஒரு காரினை
மூச்சிரைப்பு
வெறி கொண்டு விரட்டிச் சென்று
பின்
சலவாய் ஒழுகும் நாவோடு
திசையை வெறித்துவிட்டு
தலை கவிழ்கிறது
அவ்வளவுதான் முடியும்.

O

கீழ்நோக்கு நாள்

இந்தப் பிறவியில்

இந்தக் கூத்தில் அவன் கோமாளி
துயரத் தகவல் யாதெனில்
அவனது அங்க சேஷ்டைகளுக்கு எவரும்
சிரிப்பதும் கைகளைத் தட்டுவதில்லை
இந்த தினத்தில்
இந்த நிறுவனத்தில் அவன் கடைநிலை ஊழியன்
சம்பள நாளில்
சீக்கு வந்து தொலைகிறது நிறுவனருக்கு
இந்தச் சாலையில்
இன்றைய யிரவில்
நடுக்கோட்டில் ஒளிரும் சிவப்புஸ்டிக்கர் அவன்
பார்த்துக் கொண்டிருக்கும் போதே
தலைமேல் உருளுகிறது
கனரக வாகனத்தின் சக்கரங்கள்.
இந்தக் கட்டிடத்தில்
இத்தெற்குச் சுவரில்
அவன் ஒரு வேகாச் செங்கல்
காலண்டர் மாட்ட துளைக்கிறது கூர் ஆணி.

O

கறுப்புக் குதிரை

அந்தக் குதிரைதான்
துளியும் வெளுக்காத அதே நிறம்
அதன்மீது பயணித்ததில்
வெள்ளை பளிங்குப் பள்ளத்தாக்கினில்
விழ
நேர்ந்தது
தலைசிதறி நான் மரிக்க
அந்தரத்தில் சுழன்றடித்து
தப்பித்து விட்டது போலும்
இதோ
இப்போது
யாரையோ ஏற்றிக் கொண்டு வருவது

தொலைவினில் தென்படுகின்றது
யாரது
ஐய்யோ மகளே.

○

சிக்னலில் நிற்கிறார் திருவாளர்... ன்

பெருங்கனவு
அல்லது
பாதாளத்தின் விளிம்பு
தாமாக நிற்கையில்
பிஞ்சு உள்ளங்கை ஏந்தி ஏந்தி
நாணயங்களின் உராய்வுகள்
கழுத்தில் வயலின் வாசிக்கிறது
அதுவொரு பயங்கரத்தின் ஒலி
சிவப்பு
பிடிவாதமாய் நிறுத்துகையில்
மின்னல்வாளின்
இத்தனை கூர்மையைக் கண்ட
மிரட்சியின் கணத்தின் மீதேறி
நிற்கிறான்
ற்கிறான்
கிறான்
றான்
பச்சை சற்றே கருணை கொள்
மீதமிருக்கின்றன
இரண்டு மரக்கன்றுகள்
விழிகளின் குழிகளுக்கு.

○

தொலைதூர விருட்சம்

வெளிறிய மாலை
ஏரி நீரில் காற்று மோதும் அலைவு.

மிகச் சுகமான சிறுநீரின் போது
மற்றொருவன் கண்டுணர்ந்தான்
மயில் ரூபா அதிசய விருட்சத்தை.
பிறிதொரு தினம்
பிறிதொரு நபர்
இவன்
தன்னுடைய வளர்ப்புப்பிராணி என்று
மயிலைக் காண்பித்தான்.
பொழுதின் ரம்மியத்தில் மாசு.
மீண்டும் சிறுநீர்
மஞ்சள்நிற நோய்க்கூறு.

(நேற்றின் ஜன்னலுக்குப் பார்வையைத் திருப்புதல் | பா.ராஜா | புது எழுத்து |

டிசம்பர் 2019 | ரூ.80)

ஒரு கவிஞரின் வாக்குமூலம்

மிகவும் அபூர்வமான காட்சிகள் என் கனவில் வருவதுண்டு. என்னுடைய கவிதையில் வானில் ஓடிக்கொண்டிருக்கும் ஒரு ஆற்றை எழுதியிருந்தேன். அது ஒரு கனவு. அதுபோல, ரைம்போவின் கனவில் கடல் காட்சியளிக்கிறது. அதன்மீது தங்கக் கப்பல்கள் செல்வதாக எழுதுகிறார். கனவுகள், கற்பனைகள், மனக்கிலேசங்கள் யாவும் கவிதைக்கான ஊற்றாக மாறக்கூடும் என்பதில் எந்தச் சந்தேகமும் இல்லை. ஆனால் நம் குற்றமுள்ள மனதை, அதன் கீழ்மையை முழுக்க நம்மால் எழுதமுடிகிறதா என்றால் இல்லை என்றுதான் சொல்லத்தான்வேண்டும். மேலும் அதிகாரத்திற்கு முன்பாக, கடவுள்களுக்கு முன்பாக நம்மால் என்ன செய்யமுடியும்?

ஆர்தர் ரைம்போ என்றொரு கலகக்காரன், மதம், கடவுள், நிறுவனம், சமூக மதிப்பீடுகளுக்கு எதிரான கவிதைகளை எழுதிக் குவித்த ஒரு கவி. ஒருபால் உறவு விரும்புபவன். காதலனை அதிகமும் காதலித்தவன். இல்லை, அதிகக் காதலன்களைக் கொண்டவன். உணர்ச்சிக்கொந்தளிப்பில் எழும் மொழியை, அதன் கட்டுங்கடங்காத தன்மைமீது நீந்திக் கடந்தவன். இயேசுவின், கிறித்துவத்தின் கருணையை நிராகரித்து, மனிதர்களிடம் கருணையை எதிர்பார்த்துக்கொண்டிருக்கும், ஒரு சிறுகுழந்தைதான் ரைம்போ.

19ஆம் நூற்றாண்டின் பாதியில், ஞானக் குழந்தையாக அறியப்பட்ட ரைம்போ, பிரெஞ்ச் குறியீட்டு இயக்கக் கவிஞராக அறியப்பட்டவர். 1854ஆம் ஆண்டு பிறந்து, 1891ஆம் ஆண்டு, 37 வயதில் இறக்கும் ரைம்போ, தன் 16 வயதிலிருந்து 19 வயதிற்குள் கவிதை எழுதி முடித்த, குழந்தை ஷேக்ஸ்பியர் என்று அழைக்கப்பட்டவர். அவருடைய மிகச் சிறந்த படைப்பாகக் கருதப்படும், *A season in Hell* என்ற உரைநடைக் கவிதையைத் தமிழில், "நகரத்தில் ஒரு பருவ காலம்" என்ற தலைப்பில் கார்த்திகைப் பாண்டியன் தமிழில் மொழிபெயர்த்திருக்கிறார். மிகச் சிறிய புத்தகம் என்றாலும், ஒவ்வொரு வாசகனும், கவிஞனும், படைப்பாளியும் தன்னகத்தே கொண்டு வாசிக்க வேண்டிய எழுத்துதான், இத்தொகுதி.

முதல் பகுதியாக, நரகத்தின் நுழைவாயில் என்ற தலைப்பில், ரைம்போவின் வாழ்க்கையும் படைப்பையும் மிகச் சுருக்கமாகவும் ஆழமாகவும் கார்த்திகைப்பாண்டியன் எழுதுகிறார். நரகத்தில் ஒரு பருவகாலம் எழுந்த சூழல், அதன் தன்மைகள், தாக்கங்கள் குறித்து விவரிக்கிறார். இந்தத் தொகுதியை மொழிபெயர்ப்பதற்குமுன், அதனுடைய 3 ஆங்கில மொழிபெயர்ப்பினை ஒப்புநோக்கி, ஒவ்வொரு வரியும் மூன்று புத்தகங்களிலும் சரிபார்க்கப்பட்டு, ரைம்போவின் மனோநிலைக்குச் சரியாக இருக்கும் ஒன்றைத் தேர்ந்தெடுத்து மொழிபெயர்த்துள்ளதைக் குறிப்பிடுகிறார், கார்த்திகைப் பாண்டியன்.

இரண்டாம் பகுதியாக, ஆர்தர் ரைம்போவின் வாழ்க்கைக் குறிப்பு தரப்பட்டுள்ளது. 1854 அக்டோபர் 20 தொடங்கி (பிறப்பு), 1891 நவம்பர் 10 (இறப்பு) வரையான ரைம்போவின் வாழ்வை, படைப்புக் காலத்துடன் ஒப்பிட்ட குறிப்பாக இப்பகுதி அமைந்திருக்கிறது.

மூன்றாம் பகுதியாக, 9 பகுதிகளைக்கொண்ட நரகத்தில் ஒரு பருவகாலம் தொடங்குகிறது. முன்னுரை, தீய ரத்தம், நரகத்தின் இரவு, வெறி பிதற்றல்-1, வெறிபிதற்றல்-2, சாத்தியமற்றவை, மின்னல், காலை, பிரியாவிடை, தலைப்புகளிலான பகுதிகள் உள்ளன.

நான்காம் பகுதியாக, குறிப்புகள் இடம்பெற்றுள்ளன. கவிதையில் இடம்பெற்றுள்ள பெயர்களுக்கான குறிப்புகள் பற்றிய தெளிவு அவை.

O

முன்னுரை

விவரிப்பாளரின் தண்டனையைக் கோடிட்டுக்காட்டுவதாக அமைந்த இப்பகுதி, கதையை "ஒரு ஆத்மாவின் நாட்குறிப்பிலிருந்து வரும் பக்கங்கள்" என்பதின் கதையை அறிமுகப்படுத்துகிறது. துர் அதிர்ஷ்டமே கடவுளாகக்கொண்டதாக நினைக்கும் ரைம்போ, கொள்ளைநோயாலும், துப்பாக்கி அடிக்கட்டைகளைக் கடிப்பதாலும் தன் மரணத்தை அடைய விரும்புகிறார். கருணையின் திறவுகோலால், தன் விருப்பங்களை மீட்டெடுக்கவிரும்புகிறார் ரைம்போ. இந்தப் பகுதியை வாசிக்கும்போதுதான், ரைம்போவின் தீவினைகள் நமக்குக் குறிப்பாக, ஒரு மின்னலாகத் தோன்றி மறைகிறது.

O

தீய ரத்தம்

இந்தப் பகுதி காலியர் பற்றி, ரைம்போவின் ஒழுக்கம், மகிழ்ச்சியின் விளைவு பற்றிக் கூறுகிறது. ஆதவனின் ஒளியில் நீராடும்

சுவர்களின் கீழே, உடைந்த பானைகளின் மற்றும் முட்செடிகளின் மீது, ஒரு தொழுநோயாளியைப் போல அமர்ந்திருப்பதாக ரைம்போ எழுதுகிறார். தேசமும் அரசியலும்தான், மனிதர்கள் என்ற கீழ்மைப்பட்ட இனம்தோன்றக் காரணம் என்கிறார் ரைம்போ. காலிய வம்சாவளிகளின் உடைகளை, அவர்களின் காட்டுமிராண்டித்தனங்களைத் தன் அடையாளமாகக் காண்கிறார், ரைம்போ. அவர்களிடமிருந்தே தன்னுடைய தீயொழுக்கம், கடுஞ்சினம், காமம், வஞ்சகம், அதனினும் மேலான சோம்பலைப் பெற்றிருப்பதாக நினைவுகூர்கிறார், ரைம்போ. தன்னைக் கறுப்பனாகவும் மிருகனாகவும் கருதும் ரைம்போ, அநாதி காலம்தொட்டு கடவுளுக்காகக் காத்திருந்தாலும், ஏசுவுக்காக அல்ல. அவர் எப்போதும் சமூகத்திற்கு எதிரே, வெளியேதான் வாழ்ந்திருக்கிறார். கடற்கரையில் மது அருந்தியபடி உறங்குவதுதான் சிறந்த சங்கதியாகக் கருதும் ரைம்போ, தன்னை ஒருபோதும் கிறித்தவனாக ஒத்துக்கொண்டதில்லை.

இயேசுவைக் கிண்டலடிப்பதில் ரைம்போவைத் தவிர யாரும் இல்லை என்று நினைக்கிறேன். அவர் எழுதுகிறார்; 'இயேசு கிறிஸ்து உங்களுடைய மாமனாராக வீற்றிருக்கும் திருமணத்தில் தேனிலவுக்கான வாய்ப்பென எதுவும் இருக்காது."

O

நரகத்தின் இரவு

ரைம்போவின் இறப்பு மற்றும் நரகத்திற்குள் நுழைந்த தருணத்தை இப்பகுதி விளக்குகிறது. கொடுங் கனவுகள், களிவெறி, தீம்பிழம்புகளின் கூட்டில் உறக்கம் ஆகியவையே சொர்க்கம் என்கிறார் ரைம்போ. தூய்மையான எண்ணங்களே தன்னை அழிக்கும் ஒன்றாகக் கருதும் அவர், வேண்டி நிற்கும் கிராமத்தானைத் தன் அடையாளமாகக் கொள்கிறார். இயேசுவின் நம்பிக்கை வாதத்திற்கு எதிராக, ஊதாரித்தனத்தை முன்வைக்கிறார் ரைம்போ. தன்னுடைய நரகம் என்பது கோபம், அகங்காரம், காமத் தழுவலாலான கூட்டிசைக் கச்சேரி என்கிறார்.

○

வெறிபிதற்றல் - 1

ரைம்போவுக்கும் பால் வெர்லைனுக்குமான ஒருபால் உறவு (காதல்) பற்றி இப்பகுதி எடுத்துரைக்கிறது. நரகத்தின் மணமகன் ரைம்போவுக்கும், முட்டாள் கன்னிப்பெண் வெர்லைனுக்குமான வெறிப்பிடித்த காதலைக் கூறும் பகுதிதான் இது. தவறான வாக்குறுதிகளால் அன்பைக் கவர்ந்த வெர்லைனின் காதலும் அன்பும் விரிவாக, இப்பகுதியில் பேசுகிறார் ரைம்போ. தம்மை விநோதத் தம்பதிகள் எனக் குறிப்பிடும் ரைம்போ, வெர்லைனின் முத்தங்களும் அரவணைப்புகளும் சொர்க்கத்தை ஒத்திருந்தன என்கிறார். தாயின் குணங்களையும் சகோதரியின் அன்பையும் ஒருசேரப் பெற்றிருப்பவர் வெர்லைன் என்கிறார் ரைம்போ. இப்பகுதியில் வெர்லைனின் மனநிலை, வெர்லைனுக்கு ரைம்போ மீதான காதல் பற்றித் துல்லியமாக எழுதுகிறார் ரைம்போ.

○

வெறிபிதற்றல் - 2

இப்பகுதி, ரைம்போவின் தவறான நம்பிக்கைகளையும், முறிந்த கனவுகளையும் குறிப்பிடுகிறது. பைத்தியக்காரத்தனத்தின் கதை என்கிறார் ரைம்போ. வார்த்தையின் ரஸவாதம் என்று கருதப்படும் இப்பகுதியில் கவிதை எழுதுதல் பற்றியும், கவிதையின் புதிய மொழி குறித்தும் எழுதுகிறார். உயிர் எழுத்துகளுக்கான நிறங்களையும், கவிதைக்கான புதுமொழியையும் கண்டடைவதாகக் கூறுகிறார். மாயவிநோத தர்க்கங்களை ரைம்போ, தன்னுடைய மாய வார்த்தைகளின்வழி விளக்கினார். மனப்பிறழ்வே புனிதம் என்று கூறும் அவர், கதைப்பாடல்களின்வழி இந்த உலகத்திலிருந்து விடுபட எண்ணுகிறார். தனக்கான சாபம், வானவில்லின் வடிவத்தில் இருப்பாக எண்ணுகிறார்.

ரைம்போவின் கவித்வம் என்பது அவருடைய மனப்பிறழ்வும் கனவும்தான் என்ற சிறிய கோட்டை வரைகிறது இப்பகுதி. ரைம்போவின் கவிதைக்கோட்பாட்டை இப்பகுதியிலிருந்து நாம் கண்டடையலாம்.

O

சாத்தியமற்றவை

நரகத்திலிருந்து விடுபடத்தோன்றும் ரைம்போவின் குரலாக இப்பகுதி அமைந்துள்ளது. ஒருவன் தன்னிடமிருந்து தப்பிக்க நிராகரிப்பு அவசியம் என்கிறார். அறிவியலும் கிறித்தவமும் கண்டுபிடிக்கப்பட்ட பின்பே, மனிதன் தன்னைத் தானே முட்டாளாக்கிக்கொண்டான் என்கிறார் ரைம்போ. இதை ஒரு நவீனத் துயரம் என்கிறார். ஆன்மாவின் வழியாகவே ஒருவன் கடவுளைக் கண்டுபிடிப்பது என்பது துரதிர்ஷ்டமான சங்கதி என்கிறார். இயேசு கிறித்து, அறிவியல், குரான், தொன்மையான வரலாறு, கீழத்தேய ஆன்மிகம் யாவும் நிராகரிக்கப்பட வேண்டியவை என்பதே இப்பகுதி.

O

மின்னல்

மனித உழைப்பையும், இருபது வருடக் கல்வியையும் கேள்விக்குட்படுத்துவதே இப்பகுதி. உழைப்பு, முன்னேற்றம் என்ற வார்த்தைகளுக்கு எதிரான சொல்லாகச் சோம்பலை அணிகிறார் ரைம்போ. அறிவியலிலும் பிரார்த்தனைகளிலும் வெம்மை உணர்வதாகக் குறிப்பிடுகிறார். நித்தியத்திற்கான எந்தவொரு நம்பிக்கையையும் இழப்பதே வாழ்வெனக் கருதுகிறார், இப்பகுதியில் ரைம்போ.

O

காலை

தன்னுடைய நரகத்தின் கதையைப் பேசிமுடிக்கும் பகுதி என்கிறார் ரைம்போ. தன் வாழ்வின் நரகம் இயேசுவின்

திருக்கரங்களால் திறக்கப்பட்டதாகக் குறிப்பிடுகிறார். இதயம், உயிர், ஆன்மா மூவரும் மூன்று அரசர்கள் என்று சொல்கிறார்.

○

பிரியாவிடை

இந்தப் பகுதி இலையுதிர் காலம் முதல் வசந்த காலம் வரை பருவங்களின் மாற்றத்தைக் குறிக்கிறது. "இப்போது ஒரு உடலுக்கும் ஒரே ஆத்மாவுக்கும் உண்மையை வைத்திருக்க முடிகிறது" என்று கூறி, நரகத்தின் வழியாகத் தனது பயணத்தின் மூலம் கதை மிகவும் நம்பிக்கையுடனும் வலிமையுடனும் மாறிவிட்டதாகக் குறிப்பிடுகிறார் ரைம்போ. இப்பகுதியில் ரைம்போ தன் குணங்களை வரையறுக்கிறார். மந்திரவாதியாக, தேவதையாக, நியாய தர்மங்களுக்கு அப்பாற்பட்டவராக, பொய்யான வாழ்க்கை வாழ்ந்து, நட்போடு நீளும் கரம் ஒன்றுகூட இல்லாதவராகத் தன்னைக் காட்டிக்கொள்கிறார். உண்மையை ஒரே உடல், ஆன்மாவுக்குச் சொந்தமாக்கிக்கொள்ள இயலும் ரைம்போ, நீங்கள் தேர்ந்தெடுத்த பாதையில் செல்லுங்கள் என்கிறார்.

○

ரைம்போவை வாசிக்கும்போதெல்லாம் குற்றம், தண்டனை என்ற ஒன்றுமில்லை என்று புரிகிறது. குடி, போதை வஸ்துகள் என்று அலைந்து திரிந்து எழுதியவர். தீய ரத்தமும், நரகத்தின் இரவும் போதையின் காலத்தில் எழுந்த எழுத்துகள். அறம், சமூக நியாயங்கள், கடவுள், உழைப்பு, முன்னேற்றம் ஆகிய வார்த்தைகளுக்கு எதிரான வாழ்வையும் எழுத்தையும் கொண்டவராக ரைம்போ இருப்பதை இப்புத்தகம் வழி நாம் உணரச் செய்யலாம். ஒரு சமூக மனிதனுக்கும், ஒரு கவிஞனுக்குமான ஒரு வேறுபாட்டை, பிரிவைத் தன் கவிதைகள், வாழ்க்கை வழியாகக் காட்டியவராகவே ரைம்போ தெரிகிறார். எல்லைக் கோட்டிற்கு வெளியேதான் வாழ்க்கை இருப்பதாக, எல்லைக்கோட்டை அழிப்பதிலும் மீறுவதிலும்தான் வாழ்க்கை

இருப்பதாக ரைம்போ சொல்லாமல் சொல்லி இருக்கிறார், தன் வாழ்க்கை மற்றும் கவிதைகள் வழியாக.

O

ரைம்போவின் இந்த எழுத்தை வாசிப்பவர்கள். தனக்குள்ளும் ஒரு ரைம்போ இருப்பதை உணரத்தான் செய்வார்கள்.

(நரகத்தில் ஒரு பருவகாலம் – ஆர்தர் ரைம்போ – தமிழில் : கார்த்திகைப் பாண்டியன், எதிர் வெளியீடு – டிசம்பர் 2017, ரூ.75)

சாமான்யத்தின் குரல்

என் பால்யத்தில் தறியின் ஓசை நிரம்பியிருந்தது. நான் வாழ்ந்த ஊரின் எல்லாத் தெருக்களிலும் தறி நெய்யும் ஓசை, அசோகமித்திரனின் தண்ணீர் கதையில் வரும் தண்ணீர்ப் பம்புகளின் ஓசையைப்போல் கேட்டுக்கொண்டேயிருக்கும். தறியை நெய்வது என்பது அவ்வளவு எளிய பணி இல்லை. நடு இரவு முழுவதும், விடியற்காலையிலும் தொடரப்படும் பணி அது. அவ்வளவு கடினம். தறி நெய்பவர்கள் எளிமையானவர்கள். ஆனால், அவர்கள் தம் வாழ்க்கை அதிலும் கடினமானது. அந்த வாழ்வைச் சொல்லும் கவிதைகள் சில, "குறைந்த ஆயுள் வாழும் உயிரி" என்ற தங்கபாலுவின் தொகுதியில் உள்ளது.

தங்கபாலுவின் கவிதைகளை வாசிக்கும்போது, கவிதையின் வடிவமும் சொல்லலும் பொருண்மையும் தமிழ்க் கவிதையின் புழங்குத்தன்மையை நினைவூட்டின. ஒருவித லைட் பொயட்ரி

என்றும், சென்டிமெண்ட் பொயட்ரி என்றும் சொல்லலாம். அன்றாடத்தை அன்றாட பாஷையில் சொல்பவை. தினசரி வாழ்வின் துயரமும் வலியையும் தன் எழுத்தில் யதார்த்தமாகப் பதிவிடுகிறார், தங்கபாலு. அந்த வாழ்வின் மீது எக்கோபமும் இல்லை அவருக்கு. அன்றாடத்தை எந்தவித எதிர்பார்ப்பும் இல்லாமல் ஏற்றுக்கொள்கிறார் அவர்.

ஒளி மிகுந்த கண்களை உடைய காகங்களின் குஞ்சுகளின் பசி ரேகைகளைத் தன் ரேகையாகக் காண்கிறார். கவிஞர். இரவு முழுவதும் பசியுடன் இருந்தாலும் நாலை நூற்கவேண்டிய அவலம் ஒரு பக்கம், ஓனர் கிள்ளிய மார்புடன் வரும் தங்கையின் அழுகை மறு அவலம் எனப் பல அவலங்களைத் தங்கபாலு எழுதுகிறார். மிதித்துவிட்ட அவரும் பூனையும் அன்பினால் ஆரத்தழுவுவதும் ஒரு கவிதையில் நிகழ்கிறது. பாபுவைப் பற்றிய கவிதை ஒன்றில், வாழ்வை வேனலாகவும் சாம்பலாகவும் மிஞ்சியது என்கிறார். இதுதான் இத்தொகுப்பின் சாரம். காதல், காமம், பிரிவு என்கிற நினைவின் கவிதைகள், அந்தரங்க வாழ்வின் பணி மீதான (தறி நெய்தல்) அவலம் என்று கவிதைகளின் பொருண்மை உள்ளது. கலாப்ரியாவின் சசி இங்கு, தங்கபாலுவுக்கு நிர்மலாவாக இருந்தபடி, மலைப்பகுதியின் ஒரு தருணமாக மீண்டு நிற்கிறாள். நிர்மலா குறித்த நினைவும் கனவும் பெருங்காதலாக மாறி நிற்கிறது.

தங்கபாலுவின் கவிதைகளில் கனவு ஒரு குறியீடாக அமைந்திருக்கிறது. நிர்மலா சிறிது வெளிச்சமாக வந்து, பேரொளியாக மாறும் தருணம் கனவில்தான் நடக்கிறது. தாத்தா ஒருவர் கனவில் தனக்குத்தானே விசிறியபடி தூங்குகிறார், அத்தாத்தாவின் தந்தை பெருவிருட்சக் காற்றில் உறங்குவதாகக் கனவு காண்கிறார். நாளுக்கு இரண்டாயிரம் கெஜம் நெய்ய வைக்கிற கனவும் வருகிறது. ஆயுள் குறையும்படி.

காகம் சென்றபின்னும் மின்சார ஓயரைக் கையால் விரட்டும் முதியவள்தான் நவீன கவிதை. அதைநோக்கி இனி தங்கபாலு பயணிக்கவேண்டும். அதற்கு முதலில் எதுகை மோனை என்னும் நயங்களைக் கொண்ட புதுக்கவிதை பாணியிலிருந்து

மீளவேண்டும். மீள்வார் என நம்பலாம். இன்று நவீன கவிதை அடைந்திருக்கும் இடத்திற்கு, தங்கபாலு வாசிப்பின் வழியாகவும். பரீட்சார்த்தம் வழியாகவும் வரவேண்டியிருக்கிறது.

என் வாசிப்பில் பிடித்த கவிதைகள்

○

மர உச்சியில்
பழுத்த இலை விழுகிறது
அது
கீழ் கிளையை கடக்கும்போது
முதிர்ந்த குரலில் கூவுகிறது பறவை
இலை விழ விழ கூவல் அலறுகிறது
பழுப்பு இலை நிலம் அடங்கும் கணம்
கிளையில் தொங்குவது
வெளித் தள்ளுகிறது
சிவப்பு இலை ஒன்றை.

○

டீக்கடை
தனிமை நிந்திப்பில்
காகங்கள்
கேக் துண்டுகள்
சிலவற்றைப் பகிர்ந்தேன்
அலகில் கவ்வி
எதிர் வேம்பு மரத்திற்கு
ஓடி மறைந்தது
திரும்பிய அதன் முகத்தில்
பசி ரேகை
ஒளிமிகு அதன் கண்களில்
தெரியும் குஞ்சுகளுக்கு
என் முக ஜாடை.

○

பசி

அவனுக்குப் பசிச்சது
சாராயத்திற்கு சில்லறை
பார்த்துக்கொண்டிருந்தான் அப்பன்
அவனுக்குப் பசிச்சது
நாற்பது வாட்ஸ் குண்டுபல்பு
மங்கல் இருளில்
ஆஷாப்பட்டு இழைகளை
நிமிட்டுகிறாள் அம்மா
அவனுக்குப் பசிச்சது
நூல் சரிந்துவிட்டது
ஓனர் மார்கிள்ளிய தழும்புடன்
வீடு வந்து அழுகிறாள் சகோதரி
சமயங்களில்
இரண்டாம் நாள் சோறு
மூன்றாம் நாள் பருப்புச் சாறு மணக்க
வர்க்கத் தனி போசியில் வரும்
நினைத்துக் கொள்வான்
நைட்டு எந்நேரமானாலும்
கட்டு நூல்களை
கூடுதலாக நூற்கணும்
ஒண்ணும் புதுசல்ல
பசிப்பது.

O

இருள் தடத்தில்
படுத்திருந்த பாசமிகு பூனையை
மிதித்துவிட்டேன்
மிகுதி பாசத்தால்
சற்றுப் பல் பதியவே கடித்தது
இருவரும் வலியால் துடித்தோம்
பிறகு
ஒருவரை ஒருவர் தழுவி

ஆற்றுப் படுத்திக் கொண்டோம்.

○

பிற்பகல்
மின்சாரவயர் காகத்தை
விரட்டுகிறாள் முதியவள்
பகல் அந்திக்கு
அசந்து இறங்கியது
முதியவள் விரட்டுவதை
நிறுத்தவில்லை
அப்பொழுது அங்கு
மின்சார வயர் மட்டுமிருந்தது
காகத்தை விரட்டுவது மாதிரி
விரட்டிக் கொண்டிருக்கிறாள்.

○

அலங்கரிக்கப்பட்ட கல்லறையில்
ஜொலிக்கிறது
சுடர்
அசைவற்று கிளைகள்
சுடர மேலும் அனுமதித்து விட்டிருக்கிறது
நிர்மலா நிமித்தம்.

(குறைந்த ஆயுள் வாழும் உயிரி – தங்கபாலு – புது எழுத்து
– மு.ப. டிச.2019, ரூ.50)

ராக் தர்பார்

சுப்ரமண்ய பாரதியின். நின்னையே ரதி என்ற பாடலைச் சஞ்சய் சுப்ரமண்யன் பாடக் கேட்டுக்கொண்டிருந்தேன். *35 வது இயல், இசை, நாடக விழாவில் (2014-15) பாடிய பாடல் அது. ராகம் பாகேஸ்ரீ.* பாடலை ஆரோகணம், அவரோகணத்துடன் பாடும்பொழுது பெருத்த மௌனம் சூழ்ந்தது. காத்திருப்பும் உணர்ச்சியும் அடங்கிய த்வனி அது. பாம்பே ஜெயஸ்ரீ இந்த ராகத்தை ஹிந்துஸ்தானில் பாடியும் இருக்கிறார். அக்பர் அவையில் தான்சேன் முதன்முதலில் பாடியதான குறிப்பையும் வாசித்திருக்கிறேன். அம்மா ஒரு வேலைக்காரியாக, சமையல்காரியாக மாறி வாழும் வாழ்க்கையை அதன் சிறு, பெரும் சப்தங்களுடன், "பாகேஸ்ரீ ராகம்" என்ற தலைப்பில்,

ரூபா தாஸ் குப்தா எழுதியிருக்கிறார். இந்தக் கவிதையை நான் வாசிக்கும்போது, உணர்ச்சி மட்டுப்பட்டு, காத்திருப்பும் மௌனமும் சூழ்ந்த ஒரு தாயை உணரமுடிகிறது. இக்கவிதையின் தலைப்புக்காக இணையத்தில் தேடும்போது, இந்த ராகத்தைக் கேட்டபிறகே கவிதையின் எல்லை கொஞ்சம் விரிந்துவிட்டது. கையில் எரியும் தாளின் ஓசையுடன், அடுப்பின்முன் வீசும் விசிறி ஓசையுடன் அவள் வீற்றிருக்கிறாள். துப்புரவு சத்தம், துணிபோடும் சட்டத்தை வைக்கும் சப்தம், புத்தகங்களை வைக்கும்போது ஏற்படும் சப்தம் எனப் பல சப்தங்களுடன் கவிதை முடிகிறது. ஒருபோதும் வாய் திறக்காத தாயின் சப்தம் வேறாக இருக்கிறது.

சமகால 19 வங்காளப் பெண் கவிஞர்களின் 197 கவிதைகளை, மேரியன் மெடர்ன் ஆங்கிலத்தில் மொழிபெயர்த்திருக்கிறார். முன்னுரையில் அக்கவிதைகளின் பாடுபொருள்களை விட்டுவிட்டு, கவிதை மொழி அமைப்பு குறித்து அதிகமும் எழுதியிருக்கிறார். மரபான வங்கமொழியின் ஓசையம், நவீன கவிதையில் பரந்திருப்பதையும் சுட்டிக்காட்டுகிறார். இத்தொகுதியை தமிழில் இராம. குருநாதன் மொழிபெயர்த்திருக்கிறார்.

சென்ற வருடத்தில் ஏதோ ஒரு நாளில், இக்கவிதைத் தொகுதியை வாசித்துவிட்டு கவிஞர் ஸ்ரீநேசனிடம், சுதபா சென்குப்தாவின், வாய்ப்பான இடம் என்ற கவிதையைக் குறித்துப் பேசியது ஞாபகத்தில் இருக்கிறது. இது ஓர் உரைநடைக் கவிதை. பிரிட்டிஷ் அரசாங்கம் விட்டுச்சென்ற தூமைத்துணியைப் பற்றிப் பேசுகிறது. உடலுக்குப் பாதுகாப்பாகவும், பயணிப்பதற்கான பொறியாகவும் சுதபா குறிப்பிட்டிருப்பார். இப்போது மீண்டும் வாசிக்கிறேன். தமிழ்ப் பெண் கவிஞர்கள் யாராவது இந்தத் தூமைத்துணியைப் பற்றி எழுதியிருந்தால், பாராட்டலாம்.

சமகால வங்காளக் கவிதைகளை வாசிக்கும்போது, அவர்கள் மரபின் நினைவிலேயே நவீனத்தைக் காண்கிறார்கள் என்றே படுகிறது. தமிழ்ச் சங்க இலக்கியத்தில் உள்ள பறவைகளும் மரங்களும் ஒரு குறியீடாக, ஒரு படிமமாக வருவதுபோல் காடும்

மரங்களும் மலர்களும் நதிகளும் கவிதையில் குறியீடாகவும் படிமமாகவும் உள்ளுறையாகவும் வருவதைப் பார்க்கமுடிகிறது. நவீன கவிஞர்கள் தன் கவிதையின் பின்புலமாகத் தன்னிலப் பரப்பை இப்பொழுதும் வைப்பது ஆச்சரியமாக இருக்கிறது. பழம் நினைவுகொண்ட புதிய மனமாக கவிதைகள் எழுதப்பட்டுள்ளன.

வங்காளம் என்றவுடனே நமக்கு நினைவுக்கு வருவது கல்கத்தா என்ற நகரம்தான். டிராம்களும் இனிப்புகளும் அடுத்த நினைவுகள். கல்கத்தா பற்றிச் சில கவிதைகள் உள்ளன. தேபாஞ்சலி முகோபத்யாயவின் என் கல்கத்தாவிற்கும், ஜோஸ்னா கர்மகாரின் கல்கொத்தாவிற்கும், ஊர்மிளா சக்ரவர்த்தியின் கல்கத்தா கல்கத்தாவிற்கும், விஜயா முகோபத்யாயின் கல்கத்தாவில் நீண்ட நாட்களுக்குப் பிறகு விற்கும் பெரிய வேறுபாடு இருக்கிறது. வாட்69 போத்தல்களுடன் கல்கத்தா வாழ்வதைக் குறிப்பிடுகிறார், தேபாஞ்சலி. ஜோஸ்னாவோ, வேறு வேறு முகங்களுடன் பண்டிகையைக் கல்கத்தா கொண்டாடுவதாக எழுதியிருக்கிறார். அங்கு பெண்களுக்கு இடமில்லை என்பதுபோல. கீதா சட்டோபாத்யாயவின் கல்கத்தா, பாவ நதியில் மூழ்குகிறது. பூரான்கள் நிறைந்த தண்டவாளங்கள், பள்ளங்கள், எருதுகளின் கூட்டம், சிப்பாய்கள் என நவீன கல்கத்தாவை ஊர்மிளா சக்ரவர்த்தி வரைகிறார்.

ஆறு, ஆற்றுப்படுகை, படித்துறைகள், குளங்கள், மரங்கள், செடிகள், பூக்கள், கட்டுக்கதைகள், சில பெரிய மனிதர்களின் நினைவாகவும் பின்னணியாகவும் கொண்ட கவிதைகள்தான் வங்காளக் கவிதைகள். ஆறு மறைவான இடத்தை உடையது, மக்களுக்காக அல்ல என்று ஒரு கவிதையில் வருகிறது. ஆறு ஒரு பெண்ணின் பார்வையில் அவன் என்றே குறிப்பிடப் பட்டிருக்கிறது. நண்பகல் பிறகான ஆற்றில் ஆணின் வாசம் வீசுவதாகவும் குறிப்பு உண்டு. காசி மித்ரா படித்துறையில், குழப்பமடைந்த நீரால், படிகள் ஆற்றிற்குள் மூழ்குவதான ஒரு காட்சியைச் சைதாலி சட்டோபாத்யாய எழுதியிருக்கிறார்.

பெண் வலி, வாழ்க்கை, கல்வி, பண்பாடு, நிலம் யாவும்

துயரமாகவும் கண்ணீராகவும் காத்திருப்பாகவும் மனசாட்சியாகவும் பல கவிதைகளில் படர்ந்திருக்கிறது. இயற்கை ஓர் அங்கமாக, ரத்தசாட்சியாக இருக்கிறது. கார்ஜன், பாகூல், அர்ஜுன், ரத்தசுரா, கேயா, பலாஷ் எனப் பல மரங்கள் அங்கே பூத்து ஒரு குறியீடாகவும் உவமையாகவும் உள்ளுறையாகவும் அசைந்தாடுகின்றன. தன் தனிமையை, நூறு ஆண்டுகளுக்குப் பிறகு பூக்கும் மூங்கிலோடு தன்னை இணைத்துப்பார்க்கும் பெண் அங்கே வாழ்கிறாள். வங்காளத்திற்குரிய மரவழிபாட்டை எழுதும் மல்லிகா சென்குப்தா, "என் மேல் தோல் பச்சை. எங்கள் ரத்தத்தில் காடும் வேடுவனும் கலந்து." என்று பேசுகிறார்.

கிருஷ்ணா சுர விருட்சத்தின் மலர்கள் நெருப்பின் தோழனாக இருக்கிறது. அது தீபக் ராகத்தைக் கேட்கச்செய்கிறது. ஏனெனில் வைகாசி வந்துவிட்டது எனும் குரலையும் அங்கே கேட்க முடியும். கிருஷ்ணா சுர என்பது வேறு ஏதுமில்லை, தீக்கொன்றை மரம்தான். இக்கவிதைகளில் மழையைக் குறிக்கும் ராக் மல்லாரும், நெருப்பையும் தீயையும் குறிக்கும் ராக் தீபாக்கும் கவிதைகளில் உயிராக வருவதைப் பார்க்கமுடியும்.

பெகுலா, திரௌபதி, சீதை, என்று புராணக் கதைகளை மீட்டுருவாக்கம் செய்வதும், மரபின் மீதான எதிர்ப்பாகவும் பல கவிதைகள் எழுதப்படுகின்றன. இதை விமர்சனம் என்றும் கொள்ளலாம். பிரம்மராஜன் ஒரு கவிதையில், உனக்கான சாந்திநிகேதனைச் சிருஷ்டித்தபடி என்று எழுதியதாக ஞாபகம். சாந்திநிகேதனை, இதற்குப் பெயரா மீட்சி? என்ற கேள்வியுடன் தொடங்குகிறார் சுபா பட்டாச்சார்யா. ஒரு கொடிய சிறையை வலைகளால் பின்னிக்கொண்டிருக்கிறோம் என்ற எதிரை முன்வைக்கிறார் சுபா.

பல்வேறு நிலைகளில் வாழும் பெண்களின் பல்வேறு மனோநிலைகளைச் சொல்லும் கவிதைகள் இவை. தனிமையும் துயரமும் அழுகையும் விருப்பமும் காதலும் காமமும் வேட்கையும் பற்றிய கவிதைகள் இவை. ராகங்கள், புஷ்பங்கள், விருட்சங்கள், தண்ணீரால் நிறைந்த கவிதைகளான இவை, வாழ்வின் நிதர்சனத்தைப் பேசுபவை. சமூக விழுமியங்களுக்கு

எதிராக, ஆணின் பார்வையிலான புராணப் பெண்களின் குரலாகப் பல கவிதைகள் எழுதப்பட்டிருக்கின்றன.

இந்தக் கவிதையைத் தொகுதியில் எனக்குப் பிடித்த கவிஞர்களாக, இன்றைய நவீன வாழ்வை எடுத்துச்சொல்லும் கவிஞர்களாக ரூபா தாஸ் குப்தா, சுதபா பட்டாச்சார்யா, சுதபா சென்குப்தா ஆகியோர் இருக்கிறார்கள். குறிப்பாக சுதபா சென்குப்தாவின் கவிதைகள் பெரும்பான்மை உரைநடையில் இருக்கின்றன. அவ்வளவும் கச்சிதம். இவர்கள் மூவரின் கதைசொல்லல் நவீனமாக அமைந்திருக்கிறது.

இந்த வங்கக் கவிதைகளில் பல விருட்சங்களையும், பல மலர்களையும், ராகங்களையும் பட்சிகளையும் இணையத்தில் பார்த்தேன். பின்பகுதியில் வரும் குறிப்புகள், அவ்வளவு தெளிவும் ஆழமும் அற்றவை. கவிதையில் கலாபதி என்ற மலர் வருகிறது. இரண்டு மொழிபெயர்ப்பிலும் கலாபதி என்றே தரப்படுகிறது. அது தமிழில் மணிவாழை. நிஷிந்தா மரம், வெண்நொச்சி. அடசி என்பது தமிழில் ஆளிமலர். கருநிறங்கொண்டு சிறிய பாடும் பறவையான சாலிக், தமிழில் மைனா. முனியா என்பது தமிழில் சில்லை. இப்படி மலர்களையும் ராகத்தையும் விருட்சங்களையும் பட்சிகளையும் இந்தத் தொகுதியின் வழியாகக் கண்டைடைந்து மட்டுமல்லாது, கவிதையின் இன்னொரு பரிமாணத்தையும் உணர்ந்துகொண்டேன்.

இனி மொழிபெயர்ப்பு குறித்து. வங்காளம் கடந்து, ஆங்கிலம் கடந்து, தமிழில் இக்கவிதைகளை வாசிக்கத் தோதாக, அன்றாட மொழியில் ஆக்கம் செய்து இருக்கிறார் இராம.குருநாதன். கவிதைக்கு உயிர்நாடி, ஓசையோ சந்தமோ இல்லை. அதன் ஆன்மாவைப் புரிந்துகொள்ள உதவும் மொழி. அது சிறப்பாக வெளிப்பட்டிருக்கிறது. மிக தூரத்தில் இருந்து ஒன்றைத் தரிசிப்பது. தரிக்கப்படுவது தெளிவாக இருக்கிறது, தெரிகிறது. அடுத்த பதிப்பில் வங்க வார்த்தைகளுக்கான பெயர்களைத் தமிழில் தர முயற்சிக்கலாம்.

மரபும் நவீனமும் கலந்த வங்காளப் பெண் கவிதைகளைப்

புரிந்துகொள்ள. சில கவிதைகளைக் கீழே தந்துள்ளேன்.
வாசிப்பீர்கள் என நம்புகிறேன்.

○

பெண்மான் / அகானா விஸ்வாஸ்

ஆர்ப்பரிக்கும் அருவியிடையே புள்ளியாய்த் தெரியும்
காய்ந்த நிலம்
குளிர்ச்சியான சமவெளி இதுதான்
இங்குதான் என் காதலன் இருப்பிடம்:
புல்லின் வேர் எங்கும் பூமியை மறைக்கும் அளவிற்கு
விதைகள் ஊசி முனைக்கண்ணில் தெரியும் ரத்தம்
அது ஆயிரமாயிரம் வண்ணங்களில்
வனதேவதைக் கதைகள் பாடும்
நானோ சிறைபட்ட பெண்மான்
இரகசியமான சடங்குகள் முடிந்த பின்,
குதிப்பேன் 'கார்ஜன்' மரத்தோப்பில்!!

○

வெள்ளம் / அஞ்சலி தாஸ்

தண்ணீர் தேக்கம், ஒன்றும் தெரியாத நிலையில் ஆற்றுக்கு
வந்தேன்
மணல் என்னை அழைத்தது.
ஆழ்ந்த இரகசியக் குரலின் அழகான அச்சத்தோடு
அழைத்தது
நீல நுரையும், மீன் எண்ணெயும் மேலெழுந்து
உணவுக்குழாயை நிறைத்தது.
ஒன்றும் தெரியாமல் ஆற்றுக்கு வந்தேன்,
நீரில் மூழ்கி அதன் வழியே வாழ்க்கை நீடித்தது;
நெருப்புப்பொறி என் உடம்பில் சட்டென்று உட்புகுந்தது.
நீர்வீழ்ச்சி உருண்டு உருண்டு வீடு நோக்கி விரைந்தது.
நான் என்னில் மாற்றத்தை உருவாக்கிக் கொண்டேன்.
அதேனோடு சிப்பியின் மலர்கள் படுத்திருந்தன

சங்குகள் ஆர்ப்பரித்துப் பாடல் பாடின
சாவைக்காட்டிலும் விரையச்செய்யும்
வெள்ளம் வர வேண்டும் என்று வேண்டிக்கொண்டது
பத்துவிரல்களும் அவனது பாதத்தைத் தொட்டதும்
சொன்னேன்:
மரங்களின் நீண்ட மரபு எனக்கு உண்டு;
வேறுவேறான இலைகளை உருவாக்கிக்கொள்வது

O

நள்ளிரவு / அனுராதா மகாபாத்ரா

ஆஸ்தமானிசா கிராமத்தை நோக்கி
வெள்ளையாடை உடுத்து மருத்துவர், பணிப்பெண்,
காற்றில் செல்லும் 'கேயா' மலர்கள் போல் அவர்கள்
சென்ற காட்சி.
பணிப் பெண்ணே. அங்கு அமைதி நிலவுகிறதா?
மருத்துவர், அங்கு யாரிடமாவது அன்பு செலுத்துகிறார்கள்
முரட்டுக் கேயா மலர்களின் கீழ், மருத்துவமனையில் கீழ்,
இந்தியாவில் உங்கள் உறக்கங்களோடே உறங்குகிறது
தலையில் முடி சூடிய பாம்பு!

O

குலதெய்வம் / அனுராதா மகாபாத்ரா

தொழிலாளர்களின் ஒற்றுமைக்கு உரைகல்லான வசந்தம்
இப்போது இருளாய் ஒளிர்ந்துகொண்டிருக்கிறது
குடிசை பாதியில் மிதந்தன
அடர்த்தியாய் இருந்த புனித அரச மரமும்
குலதெய்வமும் மூழ்கிப் போயின.
அந்த ஸ்தூபி தெற்கு மேற்காக இருள் நடனமாடி
தடுமாற்றத்தோடு நிலை பெறமுயல்கிறது.
உணவு விடுதியின் அரிசி, பழையதான போது
தூண்டில் கயிறு மிதந்துவருவது தெரிகிறது
பித்தளையின் கறுப்பு மார்பகத்தில், இளம்பெண்

சுள்ளிகளோடும் வைக்கோலோடும்
அவற்றின் மீது மிதந்து வருகிறாள்
இளைஞர்கள், "கலாபதி" மலர்களைப் பறித்துத்
திருகியவாறு மகிழ்ச்சியில் திளைக்கிறார்கள்
கிராமத்திலிருந்தும், காடுகளிலிருந்தும்
சாவு எண்ணிக்கை தொழிலாளர்களோடு கூடியது
பச்சைப் புல்லில் மகிழ்ச்சியில், சிரிக்கிறது குலதெய்வம்!

○

காட்டுமங்கை / தேபாஞ்சலி முகோபத்யாய

என் படத்தைப் பாதி வரைந்து கொண்டிருக்கும்போதே
அம்மா அடர்ந்த காட்டுக்குள் போய்விட்டாள்
பச்சை மரங்களில் தன்னை மறைத்துக்கொண்டு
நன்றாகக் குளித்தாள்
தன் அதாஷிமலர் நிறக் கால்களின் மேல்
பலாசம், அசோகம், கிருஷ்ணாசுர
மலர்களின் சிவப்புப் பொடியைப் பூசிக் கொண்டாள்
அவளது இரத்தம் அவளது அசாதாரணமான
வெள்ளை நகங்களை நோக்கிப் பாய்ந்தது.
பின்னர் அவள் ஓவியச் சட்டத்துக்குத் திரும்பி வந்து
என் படத்தின் மறு பாதியை வேகவேகமாக முடித்தாள்
வெள்ளைக் கான்வாஸ் திரையை ஊசலாட்டிவிட்டு
அடர்பச்சைக் காட்டு மங்கை ஒருத்தி உள்ளே வந்தாள்.

○

மேதை / கீதா சட்டோபாத்யாய

மூன்று பறவைகள் மூன்று வழிகளில்தான் போகும்
ஒன்று சந்தையை நோக்கி - இன்று சந்தை
ஒன்று வயல்வெளிகளை நோக்கி
அறுவடைத் தானியத்தைப் புடைக்கிறார்கள்.
மூன்றாவது வானத்தின் தாறுமாறான காற்றை நோக்கி,
விழியின் இமையில் கதிரவனைத் தேக்கி

○

இந்த வாழ்க்கை / கீதா சட்டோபாத்யாய

இனிமேல் பொம்மை வைத்து விளையாடுவது
உன் நெற்றியில் சிவப்புப் பொட்டு வைத்து விட்டார்களே.
இனிமேலும் நிலைப்படி தாண்டிப் போவாயா?
சங்காலான வளையல் அணிந்திருக்கிறாய்
"நெடுநேரம் படித்துறையில் குந்தி இருப்பாயோ"
உன் இரு கால்களிலும் அரக்கு வண்ணத் தளைகள்
அதன்பிறகு வேதனையின் துவக்கம்
இருண்ட, கலைவண்ணமான இதயத்தில்

○

கொல்கத்தா இனி இராது / கீதா சட்டோபாத்யாய

தலைக்குமேல் மின்னல்கள் சுழற்றும் கொலைவெறிச்
சவுக்கு
காலின் கீழ் பாம்பின் நாக்கு தண்ணீர்
தொடக்கூடிய வாழ்க்கையைப் பற்றிக் கொள்கிறாய்
இடது கையில் கைப்பிடி
படிக்கட்டில் பாதங்கள்,
செய்யத் தக்கவற்றை மனத்தில் பதித்துக்கொள்.
வான் முழுவதுமிருந்து நூற்றாண்டுக் காலச் சாபம்
சொட்டுச் சொட்டாக
அசுபமான யாத்திரையின் இறுதியில்
படுமோசமான காலத்தில் மாட்டிக்கொண்டு
மௌனித்த, உறைந்து போன, சில முகங்களுடன்
வாய் பேசா ஊர்வலம்
ஒரு கல் படிக்கட்டிலேயே, இன்னொன்று
தண்ணீருக்கு வெகு அருகில்
பிணங்கள் ஓசைப்படுத்திக் கொண்டு விழும்.
அழுகும் பாதாம் பழங்களாக
உள்ளங்கால்களைக் கருப்பு நீர் நக்குகிறது
உறுத்திக் கொண்டே

ஐந்து மரணங்களுக்குப் பிறகு
ஆறாவது யார்?
அடுத்த அடி எடுத்து வைக்கையில்
கல்கத்தா நீரில் மறைந்துவிடும்...

O

வெட்டுக்கிளி / ஜோஸ்னா கார்மகார்

பசுமையானவற்றைக் கடித்துக்கொதறுகிறாயே!
இக்குச்சி போன்ற தலையை உடைய பச்சை நிற பூச்சியே!
பச்சை நிற பூச்சியே! தீபாவளி வருகிறது.
எரிந்து போக மாட்டாயா?

O

முனியா பறவையின் எச்சரிக்கை / ஜோஸ்னா கார்மகார்

மக்கள் நல மன்ற வளாகத்தில் அலங்கரிக்கப்பட்ட
சீலையில்
மகளிர் விளையாட்டுப் பொருள்கள் கிடைக்கின்றன
எப்போதும் அறிவாளிகளுக்குத் தெரியும்
கட்டிடங்கள் மாறுகின்றன என்று.
அறையின் கதவுகள் கிறீச்சிடுகின்றன முணுமுணுப்போடு,
உருவங்கள் ஒன்றன்பின் ஒன்றாக
நடுங்கியும் விழுந்தும் வைக்கின்றன
ஒரே குழப்பம். உருவங்கள் விசுவரூபம் எடுக்கிறது
குறுகிவிடுகின்றன
தாறுமாறாய்ச் சின்னாபின்னமாகின்றன
உறவினர்கள் விலை உயர்ந்த பரிசுகளைத் தருகின்றனர்.
ஒளிவிடும் வெள்ளித்தட்டிலிருந்து
புகை வளையம் வருவது போன்று:
வரதட்சணையை அளவிடும் ராஜா ராணி உருவங்கள்
அந்த அறையின் இன்னொரு அறையில்
மண்ணெண்ணெய் 'டின் குலுங்கியபடி சத்தம் இட்டுக்

கொண்டு:
ஒரு பறவையின் இதயத் துடிப்பு
மனிதனைக் காட்டிலும் இருபது தடவை வேகமாக
இயங்கும்
காற்றில் கார்பன் மோனாக்ஸைடு.
இதனால் முனியா பறவை எச்சரிக்கை செய்கிறது.
ஆழ்ந்த கறுப்புக் கிணறு
அதனுள் கூண்டுப்பறவைகளோடு பறவையாய்
வரிசை வரிசையாக அனுப்பிக்கொண்டிருக்கிறது மேலிடம்

O

கருமை / ரமா கோஷ்

கருநிறப் பூக்களை விரித்து விளையாடுகிறேன்.
கருநிறச்சிறகுடன் இருண்ட நீர்ப்பரப்பில் மிதக்கும்
வாத்துகள்.
மலர்ந்த "கேடகி" பூங்கொத்து இல்லை,
மாறாக அந்த இரவில் கருநிறச்செம்பருத்திகள்
கிளர்ச்சியூட்டின
கரிய அலைகளூடே நீளும் என் விரல்கள்
சொற்களோ, பாடல்களே இல்லாத வழியெங்கும்
கருநிறமரங்களே கரிய இலைகளை மட்டுமே சேமிக்கின்றன
எப்படித்திணறிப் போகிறேன் நான்,
நீயோ வீரிய மிக்க நஞ்சு.
உன் கருப்பைக்குள் இரவெல்லாம் மிதந்தபடி நான்.

O

பாகே ஸ்ரீ ராகம் / ரூபா தாஸ் குப்தா

அம்மா பகல் முழுவதும் வீட்டைத் துப்புரவு செய்கிறாள்
துணி போடும் சட்டத்தைக் கதவை நோக்கி வைக்கிறார்.
புத்தகங்களை எடுத்து மரக் கட்டிலில் சீராக
என் தங்கையின் தோய்க்காத ரிப்பன்
இப்போது அலமாரியில், வேறு கொக்கியில்

பகல் தேய்ந்து போய் வானத்தில் மிளகாய்ப் பொடி
பரவிய தோற்றம்.
 சமையலறை தன்னிச்சையான புகையால் நிறையும்
ஒரு கையில் எரியும் தாள்
மறுகையால் மும்முரமாக விசிறியபடி கேட்கிறார்
காலம் ரொம்பவும் கெட்டுக் கிடக்கிறது,
ஏன் ஒருவரும் வீடு வரவில்லை?

O

மால்கோஷ் ராகம் / ரூபா தாஸ் குப்தா

இரவுதோறும் பன்னிரண்டு மணிக்கு
அப்பா கதகதப்பான படுக்கையினின்றும் எழுந்து,
எச்சரிக்கையாக நடந்து
இந்த அறைக்குள் வந்து,
மார்பின் மேல் இணைந்திருக்கும் கைகளைப் பிரிப்பார்
அல்லாவிடில் நான் ஊமையாகி விடுவேன் இல்லையா?
என் கைகள் இணையான வெளிமூச்சாய்க் கிடக்கின்றன
கலைந்து போய்க் கண் மீது விழுந்துள்ள முடியைச்
சரி செய்து
தனக்குத் தானே சொல்லிக் கொள்வார்: "நாள் முழுவதும்
குறும்பு."
இரவுதோறும் பன்னிரண்டு மணிக்கு.

O

இப்போது பெண்ணாயிருப்பது / சஞ்சுக்தா பந்தோபாத்யாய

மகளிர் மட்டும் பெட்டியின் தனிமையை நேசிக்கிறேன்
சட்டை பின்னிக் கொண்டே தம் சமையலறையை
பெலா நகருடனும் அதற்கப்பாலும் இணைப்பர்
அடுத்த நிலையத்தில் மூன்று முதிய காய்கறி பெண்டிர்
ஏறுவர்

என் அருகே அமரச் சங்கடத்தோடு வந்த
கண்ணாடி போட்ட இளம் பெண்ணுக்கு இடமளித்தேன்
நிம்மதியோடு.
நடுப்பகலை ஒட்டிய நேரம்
ஆனினமே மொத்தமாக இந்த இடத்தைப்
புறக்கணித்துவிட்டது
வழியில் குட்டைச் சுவரின் மேல்
கட்டான உடல் கொண்ட பெண்
தவழும் கோலத்தில், கையில் வில்லம்புடன்
தனியாகப் பார்த்தால் உன் இதயத்தைத் துளைப்பாள்
இப்போது, இவ்வளவு முன்பாக, நாலாபுறமும் மர்ம
இருட்டு,
நான் விழித்தெழுந்து மூச்சிரைக்க
சிகரெட் மிச்சமில்லை
பல மணி நேரம் சுழல் தூய்மையாக, புகையின்றி இருக்கும்
பெண்ணின் வாழ்வில் நண்பகல்
என மூளையின் இடுக்குகளில் சாம்பார்ப்பொடி
மணமும் பாதுகாப்பும் ஊடுருவும்.

O

கிருஷ்ணா சுர / சுஷ்மிதா பட்டாச்சார்யா

வைகாசி வந்துவிட்டது
இதயத்தின் நகரம்
ஏறக்குறைய முற்றாக வறண்டு,
கனவுகளின் பசுமை நிறப் பிம்பங்கள்
பயங்கர வானத்தால் நீக்கப்பட்டன.
ஏதோ இங்குமங்கும்
கிருஷ்ணா சுரத்தின்
கவிதைப் பாடல்கள் எழுந்து
பாலைவனப் பயணிகளின்
அழல் பூத்த விழிகளில்
கானல் நீரை எழுப்பும்
அதுவும் கொதிக்கும் சூடு

நெருப்பின் தோழன்
அதன் நிறம்
தீபக் ராகத்தைக் கேட்கச் செய்யும்
"மல்லார் ராகம் அல்ல.
அப்படியே இருக்கட்டும்
சிவப்பு மற்றவற்றைவிட மேலாகவே இருக்கும்."

O

சாந்திநிகேதன் / சுதபா பட்டாச்சார்யா

இதற்குப் பெயரா மீட்சி? யாருடைய அகந்தையை
உங்களால் ஒழிக்க முடியும்
ஆழமற்ற ஏரியிடையே பெருங்கடலின் ஓசை எழுவதில்லை
மயக்கமூட்டும் இருள் பரப்பெங்கும் அடர்த்தியானதொரு
வாசம்!
கனவுலகின் மாயைகள் புலன்களைப் புலரச்செய்தன
ஓங்கி உயர்ந்த மரங்களின் கிளைதோறும் கேட்கும்
இனிய பாடல் ஒலிப்பதில்லை
ஒரு கொடிய சிறையை வலைகளால்
                    பின்னிக்கொண்டிருக்கிறோம்
பூமியை வரவேற்கும் கிழக்குவாசல் மூடப்பட்டிருக்கிறது
இன்பம் முழுவதும் செலவழிக்கப்பட்டு வீணாகிவிட்டது
தேவையின்றி உடல் பருத்துவிட்டது
நாம் வளர்ந்துவிட்டோம் உயரத்தில் அல்ல, அகலத்தில்.

O

சுதபா செங்குப்தா கவிதைகள்

இறப்பு

அமல்டாஸ் பூக்களின் வாசத்தை நானும் உன் வளர்ப்பு
நாயும் உணர்கிறோம். பகலும் இரவும் நான் உன் காலடியில்.
மிகப் பழைய நாற்காலியில் குளிர் ஒளிர்கிறது. திறந்திருக்கும்
எனது கோரப் பற்களை ஒரு நாள் உனக்குக் காட்டுவேன்

விருப்பம்

புலன்கள் நெருப்பில் அடங்கின; சொர்க்கத்திற்கு ஒன்பது வாயில்கள்: சுவாசிக்க முடியவில்லை என்னால் நீ இக்கணத்தில் வந்து என் அருகில் நின்றிருக்கிறாய்.

○

வாய்ப்பான இடம்

உலர வைக்கும் போது பார்ப்பதற்கு அசிங்கமாகத் தெரிகிறது. அதனை என் புடைவையின் உள்ளே பொருத்துகையில் அது உடலுக்குப் பாதுகாப்புக் கவசமாக இருக்கிறது. பயணிப்பதற்கான பொறி மறைந்திருக்கும் விசைப்பொறி இயங்குகிறது- நாணத்தின் அடையாளமான உள்ளாடையை நமக்கு விட்டுச்சென்றது பிரிட்டிஷ் அரசு.

○

உடன்பாடு

அகராதியை உரத்துப் படித்துக் காட்டினேன்; இரண்டு கடித நாட்குறிப்பை எனக்குத் தந்தாய்: இருவருக்குமான தாக்குதல் தொடங்கிவிட்டது: நீ மிகுந்த பொறுமை உடையவளாய்க் காணப்படுகிறாய். எளிதான உடன்பாட்டு உரிமம் பெற முதலில் நாம் பதிவு அலுவலகத்திற்குச் செல்லவேண்டும்.

(கவிதை மலரும் காலம் – மேரியன மெடர்ன் –
தமிழில் : இராமகுருநாதன் – சாகித்ய அகாதெமி – மு.ப. 2016 – ரூ.100)

கருப்பு எழுத்துகள்

நீக்ரோவியம் என்னும் வார்த்தையை லியோபோல்டு சிடார்செங்கார் கட்டுரையொன்றின் வழியாகவே அறிமுகம் பெற்றிருக்கிறேன். அந்த அறிமுகம்கூட, தமிழில் முதன்முதலில் இந்திரன் அவர்களின் முயற்சியால் வெளியான, "அறைக்குள் வந்த ஆப்பிரிக்க வானம்" என்ற ஆப்பிரிக்க எழுத்துகள் பற்றிய தொகுப்பின் வழியாகத்தான். 1982 ல் வெளியான இந்நூலை, கிட்டத்தட்ட பத்து வருடங்களுக்குப் பிறகு வாசித்திருக்கிறேன். ஒரு கருப்பு மங்கையின் கண்ணீர்த் துளி துயரத்தில் சொட்டும் காட்சி கருப்பு இலக்கியம் வாசிக்கும்போது தோன்றுவது இன்னும் தீரவே இல்லை. கண் நீர்த்துளிகள் யாவும் கருப்பாய்த் தோன்றுகிறது இப்போதும்.

நிக்கர் என்ற சொல், நீக்ரோக்களைக் கேவலமாக அழைக்க வெள்ளைகள் (ஹாங்கிகள்) சொல்லும் வார்த்தை. நீக்ரோ என்ற சொல் இழிவான சொல் என்றால், நிக்கர் என்பது அதனினும் இழிவான சொல் என்றே கருப்பர்களால் கருதப்படுகிறது.

ஆப்பிரிக்காவைத் தாண்டி, அமெரிக்கா முழுவதும் கறுப்பர்கள் அடிமைகளாக, இழிவானவர்களாக இருந்த விஷயம் நமக்குத் தெரிந்த ஒன்றுதான். ஹாங்கிகள் தம்மையும் தம் நாட்டையும் முன்னேற்றிக்கொள்ள, நிக்கர்கள் தேவைப்பட்டனர். அமெரிக்க - ஆப்பிரிக்கர்களின் அடிமைத்தனத்திற்கு எதிராக ஆப்பிரிக்கர்கள் இலக்கியம், கலை, அரசியல் என்று பலதரப்பட்ட துறைகள் வழியாகச் செயல்பட்டனர்.

1960-1970களில், BAM (Black Arts Movement) என்ற அமைப்பு, அமெரிக்காவிற்கு எதிராக, கலையின் வழியாகச் செயல்பட்ட, அமெரிக்க-ஆப்பிரிக்க கலைஞர்களின் இயக்கமாகும். இதே காலத்தில் செயல்பட்ட *Black Power* என்ற அமைப்புடன் இணைந்து செயல்பட்ட அமைப்பு இது. அவ்வமைப்பின் அரசியலை இலக்கியத்திலும் கலைகளிலும் செலுத்தியது. இன்னும் சொல்லப்போனால், ஆப்பிரிக்காவின் கருப்பு வாழ்வியலை, மேற்கத்திய எழுத்தின் பாதிப்பில் படைத்து வந்தது. இந்த அமைப்பினை நிறுவியர், கவிஞரும் நாடகாசிரியருமான அமிரி பாராக்கா. இந்த அமைப்பில் முக்கியச் செயல்பாட்டாளராக இருந்து பணியாற்றியவர்கள் பதினொரு பேர். மாயா ஏஞ்சலோ அதிகம் பரிச்சயம் ஆனவர். அதற்கு அடுத்துத் தமிழ்ச் சூழலில் தற்போது பரிச்சயம் ஆகுபவர் நிக்கி ஜியோவன்னி.

நிக்கி ஜியோவன்னியின் வரலாற்றுடன் சில கவிதைகளைத் தமிழில் அறிமுகப்படுத்தியவர் சா.தேவதாஸ். நிக்கியின் சில கவிதைகளை சரோ லாமா மொழிபெயர்த்திருக்கிறார். இவர்களுக்கு முன்பாகவே டாக்டர். த.கிருஷ்ணராஜ் அவர்கள், நிக்கி ஜியோவன்னி கவிதைகளைத் தமிழுக்கு மொழிபெயர்த்துள்ளார். ஆண்டு *2006.*

நிக்கி ஜியோவன்னி அமெரிக்க-ஆப்பிரிக்க எழுத்தாளர். கவிஞர், செயற்பாட்டாளர், கல்வியாளர் என்று பல முகம் கொண்ட

நிக்கி, 1943ஆம் ஆண்டு பிறந்தவர். கருப்புப் புரட்சியின் கவிஞர் என்று வர்ணிக்கப்பட்டவர். கருப்பர்களின் உரிமைக்காகவும், அடிமைத்தனத்திற்கு எதிராகவும் செயல்பட்ட நிக்கி பற்றிய கூடுதல் விஷயம், பாரக் ஓபமா பதவியேற்பில், அதற்காகக் கவிதை எழுதப் பணிக்கப்பட்டவர். தன் பாட்டியின் கதைசொல்லலே தான் எழுதுவதற்கான உத்வேகம் என்று நேர்காணல் ஒன்றில் சொல்லியிருக்கிறார், நிக்கி. இங்கு நிக்கி பற்றி அதிகம் பேசப்போவதில்லை. நிக்கி ஜியோவன்னி யார்? அவருடைய எழுத்துலகம் எப்படிப்பட்டது? அவருடைய களச் செயல்பாடு எதை நோக்கியது? என்று மிக விரிவாக, த.கிருஷ்ணராஜ் அவர்கள் முன்னுரையில் எழுதியிருக்கிறார். எனவே நான் அதைப்பற்றி எழுதவிரும்பவில்லை. அவருடைய கவிதைகள் குறித்தே எழுத விரும்புகிறேன்.

நிக்கியின் கவிதைகளை வாசிக்கும்போது, மொழிபெயர்ப்பு என்ற நிலையையும் கடந்து ஓர் இசைத்தன்மை பெற்றிருந்தது. ஒருவேளை, தன்னுடைய கவிதைகளின் ஓசை, ஜாஸ் இசையுடன் பொருந்திய ஒன்று நிக்கி சொல்லியிருப்பது நினைவில் வந்ததால் இருக்கலாம்.

தனிப்பட்ட வாழ்க்கையைக் குறித்த கவிதைகள், லாங்டன் ஹியூஸ், ராபெர்ட் கென்னடியின் படுகொலை, மார்டின் லூதர்கிங் ஜூனியர், ஸ்வீடி வொன்டர், க்வெண்டலின் ப்ரூக்ஸ், நீக்ரோக்கள் என்று பல நபர்களுக்கான கவிதைகள் இரங்கற்பாவாகவும் நினைவாகவும் அமைந்த கவிதைகள் கொண்ட தொகுதி, இது. அவர் கவிதைகள் தன்னையும், தன்னைத்தாண்டி கருப்பர்களுக்கான விடுதலையைத் தேடுவதாகவும் அமைந்துள்ளது.

எனது வாசிப்பு முடிந்தபின் சிறிது அதிர்ச்சியுடன்தான் இருந்தேன். சிறுவன் முன்பாகத் தன் தனிமையைப் பேசும் தன்மையையும், புணர்ச்சிக்குப் பின்னான மனோநிலையையும் அவர் கவிதைகளில் அவ்வளவு வெளிப்படையாக, ஆக்ரோஷமாக இருந்ததைப் பார்த்தேன். "நிக்கர்களைக் கொல்ல படியுங்கள் / கருப்பர்களாக இருக்கப் படியுங்கள்"

என்று தன் சமூகத்திடம் வேண்டும் குரல், நிக்கியுடையது. அமெரிக்காவைப் பைத்தியக்கார நாடு என்று குறிப்பிடும் நிக்கி, தன் பற்களுக்கு, இரு தொடைகளுக்கு இடையே உள்ள ஒரு சிறிய ஒலிபெருக்கியுடன் பேசுவதாகவும் எழுதுகிறார். அப்பொழுது கருப்பர்களின் பேச்சு கண்காணிக்கப்பட்டது. அமெரிக்காவின் முகமாக விளங்கும் நியூயார்க் பற்றிய கவிதையொன்றில், "அதிருப்தியின் முக்காடுகளுடன், எதிர்ப்பை மறைக்கும் முகமூடிகள் அணிந்த நகரம்" என்று குறிப்பிட்டிருக்கிறார். கருப்பு என்பது வேறொன்றும் இல்லை, வலிமை என்பதைத் தன் கவிதைகளின் வழியே புரியவைக்கிறார். கருப்பு துவேஷம் கொண்ட ஹாங்கிகளுக்கு எதிரான கவிதைகள் மட்டுமல்ல, ஒரு வரலாறாகவும் வாழ்வாகவும் இருப்பவைதான் நிக்கி ஜியோவன்னி கவிதைகள்.

கருப்பு தனித்துவம், கருப்பு ஒரு கலை, கவிதை, கவிதைக்கலை, ஆப்பிரிக்கா ஆகிய கவிதைகள் வேறுதளத்திற்கு நம்மை அழைத்துச்செல்பவை. நிக்கி ஜியோவன்னி கவிதைகளைக் குறித்து அதிகம் எழுதமுடியாத காரணம், அதை ஆழமாக உணர்ந்ததுதான். நீக்ரோவிசம் என்ற கருத்தாக்கத்தினைப் புரிந்துகொண்டதால் இல்லை. எனவே, அத்தொகுப்பினைத் தமிழில் தந்த த.கிருஷ்ணராஜ் அவர்களுக்கும், அகரத்திற்கும் நன்றி சொல்லிவிட்டுச் சில கவிதைகள் கீழே தந்துவிடுகிறேன். அவை திரும்பத் திரும்ப என்னால் வாசிக்கப்பட்டவை. கவிதைகளுடன் அவரைப் பற்றிய இணைய இணைப்புகளைத் தந்திருக்கிறேன், கூடுதலாய்த் தேடல் கொண்டவர்களுக்கு...

சில கவிதைகள்

○

லேசான பழுப்பு மஞ்சள் நிறமுள்ள சணல் போன்ற முடி உடைய பெண்ணைப் பற்றிக் கேள்விப்பட்டபோது

அவனுக்குச் சணல் போன்ற
பழுப்பு மஞ்சள் முடியுடன் ஒரு பெண்மணி

என்னவளுக்குச் சாம்பல் நிறத்தில் முடி
என்னவள் அதிகாலையில் கண் விழிப்பாள்
அவனவள் தான் முழுவதும் தூங்குவாள்
அவன் பெண்மணிக்கு இனிய வாசனைத்
திரவியங்களால் மிருதுவாக்கப்பட்ட கைகள்
மிருதுவான உதடுகள் இளஞ்சிவப்பில்
என்னவளுக்கு உதடுகள் உச்சி வெயிலில் எரியும்
அவனது கைகள் கறுப்பு மையைப் போன்றவை
அவன் அவளை மகிழ்விக்க
இசையமைப்பாள்
இரவு வருகிறது நான் அசதியாகிறேன்
அவன் இசைக் குறிப்புகள் எழுதுவான்
அவளது இதயம் வேகமாய்த் துடிக்கும்
ஒரு வேளை நான் இத்தனை வேகமாய்ப்
பருத்திப் பஞ்சு பறிக்காமல் இருந்தால்
நான் அழகாய்ப் பாடுவேன்
சாம்பல் நிற முடி உள்ள என்னவளுக்காக
பாட்டிசைப்பேன், பேபி, நீதான் என.

○

கவிதை

கசப்பான கறுப்பான கசப்பு
கறுப்பான கசப்பான கசப்பு
கசப்பு கறுப்புச் சகோதரர்கள்
கசப்பு கறுப்பு மேலும்
கறுப்பாகிறது மேலும்
கசப்பாகிறது
கறுப்புக் கசப்பாகிறது
இப்பொழுது

○

ஏன் என்று விளக்கும் ஒரு சிறு கட்டுரை

'ஹாங்க்கிகள்' எப்பொழுதும்
கறுப்பர்களைப் பற்றிப் பேசுகிறார்கள்
வீதியில் நடக்கும் போது
கருப்பர்கள் தம்மிடமே பேசிக் கொள்கிறார்கள்
எங்களைப் போதையுள்ளவர்கள்
அல்லது புத்தி பேதலித்தவர்கள் என்கிறார்கள்
சமீபத்திய நிகழ்வுகள்
நாங்கள் யாருடன் பேசுகிறோம்
எனக் காட்டியுள்ளன
பற்களிடையேயுள்ள
அல்லது தொடைகளுக்குள் இருக்கும்
அச்சிறிய ஒலிபெருக்கிகளுடன்
பேசுகிறோம்
அவை வேறு எங்கேனும் இருக்கலாம்
மருத்துவ உதவி
நாடலாம்
சமீபத்தில் எனக்கு வரும் தபால்
தடுக்கப்பட்டுள்ளது.
நான் கண் விழிக்கும் போது
சுவரில் செருகப்பட்டுள்ள 'லஸ்ஸி' யின் பேசுகிறேன்
அது அடித்து நொறுக்குகிறது
என் கறுப்பு பேச்சு முழுவதையும்
இது ஒரு பைத்தியக்கார நாடு
அவர்கள்
மனக்கோளாறு
உள் பயம்
என்கிற சொற்களை
எங்கள் மீது திணிக்கிறார்கள்
ஆனால் நீங்கள் கறுப்பர்களாயிருப்பின்
லெஸ்ஸி ஓட்டுக்கேட்கப் பயன்படும் கருவி

○

கறுப்பு வலிமை (கிழக்கேயுள்ள அனைத்து அழகான கறுப்புச் சிறுத்தைகளுக்கு)

ஆனால் அந்த மொத்த நிகழ்வும்
ஒரு அற்புதம்தான் - பாருங்களேன்
நாங்கள் அங்கே வெறுமனே
நின்று கொண்டிருந்தோம்
பேசிக் கொண்டிருந்தோம்
போதைப் பொருளைத் தொடமலிருந்தோம்
காவலதிகாரி ஒருவன் வந்து
டைரொனிடம்
உன்னுடைய வேசிகளை
இழுத்துக்கொண்டு
இங்கிருந்து கிளம்பு நண்பனே
தலைப்பு -கறுப்பர்களின் ஒரு புரட்சி அமைப்பு

○

வசியம்

ஒருநாள்
நீ என் வீட்டுக்குள் நுழைவாய்
நான் நீண்ட ஆஃப்ரிக்க அங்கியொன்றை
அணிந்திருப்பேன்
நீ அமர்ந்து இந்த "கருப்பர்...."
எனத் தொடங்குவாய்
என் ஒரு கையை
வெளியில் எடுப்பேன்
என்னைக் கவனிக்காமலேயே
"இந்தச் சகோதரனைப் பற்றி...." என்று சொல்வாய்
நான் தலைவழியாக அதைக் கழற்றுவேன்
நீ பேச்சைத் தொடர "இந்தப் புரட்சி,... என்பாய்
நான் உன் கையை என் வயிற்றில் வைப்பேன்

நீ பேசிக்கொண்டிருப்பாய்
உனக்கிது புரியவில்லை... என்பாய்
நான் உன் கையால் மேலும் கீழும்
தேய்ப்பேன்

○

தனியே

நான் மட்டும்
என்னோடு
தனியே இருக்க
இயலும்நான்
தன்னந்தனியே
இருந்தேன் இப்பொழுது
உன்னோடு தனியே
ஏதோ தவறு
நான் எங்கு சென்றாலும்
ஈக்கள் மொய்க்கின்றன.

○

பொதுமை

இதோ பாருங்கள்
சிறுவன் ஒருவன்
பொதுமையை ஏற்பவனாக
இருக்கலாம்
ஒரு மனிதனோ
ஒரு பெண்ணோ
ஒரு குழந்தையும் தான்
ஆனால் வழக்கமாக
ஒரு நிக்கர்
என்றாலே போதும்
என்று என்னிடம் சொன்னார்கள்

○

பரம்பரைச் சொத்து

விளையாட்டு மைதானத்தில் இருந்து
பாட்டி கூப்பிட்டாள்
இதோ வந்துவிட்டேன் பாட்டி
நீ ரொட்டிச் சுருளைச்
தயாரிக்கக் கற்றுக் கொள்ள வேண்டும்
பாட்டி பெருமிதத்தோடு பணித்தாள்
அந்தப் பெண்ணுக்கு அது வேண்டாம்
அவளால் சொல்ல இயலவில்லை
என்றாலும் பாட்டியின் உயிர் பிரிந்து
பாட்டியின் ஆவியைச் சார்ந்து
இருக்க வேண்டியதில்லை
நான் ரொட்டிச் சுருள் செய்யத்
தெரிந்து கொள்ளத் தேவையில்லை
உதடுகளைப் பிதுக்கிச் சொல்லி முடித்தாள்
கடவுளே இந்தக் குழந்தைகள்
பாட்டி முணுமுணுத்து தன்
முந்தானையில் கையைத்
துடைத்துக் கொண்டாள்
அவ்விருவரும்
தங்களுக்குத் தேவைப்பட்டதைச்
சொல்லிக் கொள்ளவில்லை
யாரும் தேவைப்படுவதைச்
சொல்வதில்லை யென்றுதான்
ஊகிக்கிறேன்

○

நான் உணரும் முறை

நான் இதைக் கவனித்திருக்கிறேன்
உன்னோடு புணர்ச்சி நிகழ்த்திய பின்

வாசல் காவலாளிக்கும் புன்முறுவல் ஒன்று மீதியுள்ளபோது
பெருமகிழ்ச்சி அடைந்திருக்கிறேன்
ஒரு பருத்த கொழுத்த பசு
பெற்றதைப் போல
என் திருப்தியை உணர்ந்திருக்கிறேன்
மிருதுவான கார்னேஷன் மலரின் திருப்தியைத் தான்
தேடினேன்,
நீ உன்
தேர்ந்தெடுத்த இடமான முழங்காலுக்கு நேர் பின்னே
முத்தமிடுகின்றபோது
நான், ஒரு செங்கல்லிலுள்ள
காரைச் சாந்தைப்போல் கிளர்ச்சி அடைகிறேன்
இன்னொரு செங்கல் வருவது
அதற்குத் தெரிவதால் நீ
என் வாசல் வழி வரும்போது
வெகுவாய் நீ அருகில் உள்ளபோது
ரோபர்டா ஃப்லேக் பாடப்போகும்
இசைப் பகுதியைப் போல உணர்கிறேன்
என் மனதில்
நீ ஒரு கடிகாரம்
நான் வினாடி முள்
நான் சுழன்று வருவது
ஒரு நேரத்தில் அறுபது முறையும்
நாளில் இருபத்திநான்கு நேரங்களிலும்
ஒரு முன்னூற்றி ஐம்பத்தாறு நாட்கள்
ஓர் ஆண்டிலும்,
சேர்த்து ஒரு நாள்
லீப் வருடத்திலும்
ஏனெனில்
அப்படித்தான் அப்படித்தான்,
நான் உன்னைப் பற்றி உணர்கிறேன்

○

இரவுவேளை

ஆஃப்ரிக்காவின் இரவுவேளை
நாளையை நோக்கி நடக்கிறது
சுடர் மீதுள்ள மோகத்தால்
தன்னை மாய்த்துக்கொள்ளும்
வண்டின் வேகத்தில்
கரிபியனில் மேகங்கள்
இரவை எடுத்துச்செல்கின்றன
காமவேட்கையின் விளிம்பிலுள்ள
இளைஞனின் ஆண்குறியின்
ஆணவ எழுச்சியைப் போல
கறுப்புத்துளிகள் நீல வானத்தின் குறுக்கே
சொட்டுகின்றன. சூரியனின்
ஆசை நாயகியான காற்று
இயல்பாக நடக்கும்
கருவுறலைக் கண்டு
சீறிக் கதறுகிறது
ஆனால் நியூயார்க்கின்
இரவுகள் வெண்மையானவை
அதிருப்தியின் முக்காடுகள்
நம்மை நாமே தனிமைப் போர்வைகளில்
எதிர் கொள்ளும் பீதியை மறைக்கும்
முகமூடிகளாகின்றன.

O

ஏனென்றால்

நான் ஒரு கவிதை எழுதினேன்
உனக்காக ஏனென்றால்
நீ என் சின்னப் பையன்
நான் ஒரு கவிதை எழுதினேன்
உனக்காக ஏனென்றால்

நீ என் கண்ணான மகள்
இந்தக் கவிதையில்
ஒரு பாட்டுப் பாடினேன்
அது சொல்கிறது
காலம் செல்லச் செல்ல
நான் நீயாகிறேன்
நீ நான் ஆகிறாய்
அப்படித்தான்
வாழ்க்கை செல்கிறது

O

மையத்திலிருந்து விலகிய ஒரு கவிதை

கவிஞர்கள் எப்படி இத்தனை
கவிதைகள் எழுதுகிறார்கள்
என் கவிதைகளின் பெரும் பகுதி
கழுவ இருக்கும் பாத்திரங்களிலும்
துவைக்க இருக்கும் துணிகளிலும்
சகோதரியின் இன்னொரு பிரச்சினை
சாகடிக்கப்படுகின்றன
படுக்கையைச் சரிசெய்ய வேண்டும்
வழியில் சூறாவளியிருக்கிறது
மளிகைக் கடைக்குப் போயாக வேண்டும்
சுத்தம் செய்பவர்களைச் சென்று
பார்த்தீர்களா
பிறகு மின் இணைப்பு சிதறிப்போகிறது
பிறகு
மின் இணைப்பு சிதறித்தான் ஆகவேண்டும்
பெண்கள் சீக்கிரம் தங்கள் குழந்தைகளைப் பற்றியோ
தங்களைப் பற்றியோ பேசத் துவங்குவார்கள்
எவ்வளவு தான் கவனமாக இருந்தாலும்
புத்தம் புதிய துப்புரவு இயந்திரங்களைப் பற்றி
குறிப்புகள் சொல்வதில் சென்று சேர்கிறோம்

பூசிக் கொள்ளும் நாற்றம் நீக்கும்
எண்ணெயைப் பற்றி எடுத்துரைக்கிறார்
அரசியல் கவிதை எழுதினால்
யூதர்களுக்கு எதிர் என்பார்கள்
வீட்டுக் கவிதை எழுதினால்
நீ முட்டாள் ஆவாய்
ஒரு பொழுது போக்கு கவிதை எழுதினால்
கருத்தார்வம் இல்லை என்பார்கள்
காதல் கவிதை எழுதினால்
வெற்றுப் பசப்பு செய்பவளாவாய்
சரியாகச் சொன்னாய்
ஒரே உண்மைக் கவிதை
கேடு கெட்டுப் போ என
அரசு நிறுவன கவிதை எழுதுவது தான்
ஆனால் அதைப்படிப்பவர்கள்
யாரைப்பற்றி நீ எழுதுகிறாய்
என அறிய மாட்டார்கள்
அது என்னை
முதல் குறிப்புக்கு
இட்டுச் செல்கிறது.

(நிக்கி ஜியோவானி கவிதைகள் – டாக்டர் த.கிருஷ்ணராஜ் – அகரம் –
தஞ்சாவூர் – டிச.2006 – ரூ.60)

கணங்களின் நடனம்

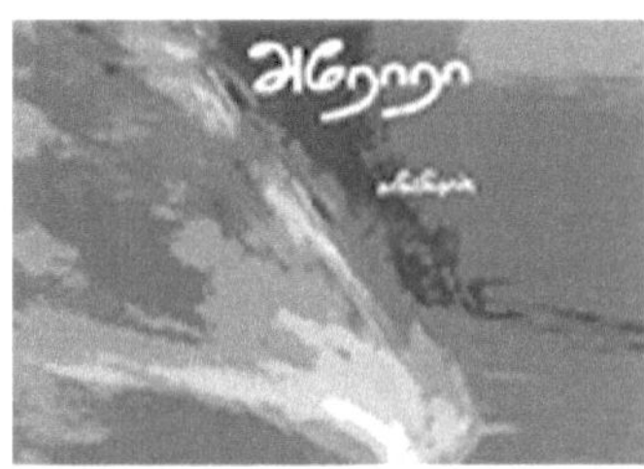

சாகிப்கிரான் கவிதைகளின் அறிமுகம், வண்ணச்சிதைவு தொகுப்பின் வழியாகத்தான் அமைந்தது. படிமமும் குறியீடுகளும் நிறைந்திருந்த தொகுப்பு அது. வாழ்வின் கணங்களில் தோன்றும் தத்துவம் உரையாடல் கொண்ட தொகுப்பு முழுவதும் மொழி முதன்மையாகியிருந்தது. ஒருசேர அபியையும் சி.மணியையும் பிரமிளையும் ஞாபகம்செய்த வரிகள் அவை. மொழி ஒரு குறியீடாகி, படிமமாகி, அரூபக் கவிதைகள் அவை. சாகிப்கிரானின் ஆளுமை முழுவதும் திரைகளுக்குப்பின்னால் ஒளிந்துகொண்டிருந்தது. சமீபத்தில் வந்த "அரோரா" அப்படியில்லை. குறைந்தபட்சம் ஐந்து தடவையாவது வாசித்திருப்பேன்.

அரோரா என்பது துருவ ஒளி. வட, தென்துருவங்களில் பச்சையாகவும் நீலமாகவும் படரும் இரவின் ஒளி. இது இயற்கையின் வாணவேடிக்கையாகவும் ஒளிக்கோலமாகவும் கருதப்படுகிறது என்ற குறிப்பையும் வாசித்திருக்கிறேன்.

வளிமண்டலத்தில் உள்ள வாயுக்கள்மீது சூரியனின் கதிர்கள் பாயும்போது, ஏற்படும் ஒளிச்சிதறல் இந்தத் துருவ ஒளி, பச்சை, நீலம் மட்டும்தானா? இல்லை. வாயுக்களில் கலவையைப் பொறுத்தே பச்சை, நீலம், சிவப்பு. ஊதா நிறங்கள்தோன்றி, ஒரு திரைச்சீலையைப்போல் அசையும். சாகிப்கிரான், இத்தொகுப்பு முழுவதும் திரைச்சீலைக்கு வெளியே சிறிய நடனமாடுகிறார்.

வெவ்வேறு மனநிலைகளில்தான் கவிதை எழுதப்படுகின்றன. வாழ்வு ஒரு பட்டகம் எனில், எழுதுபவன் ஒளி எனில், அந்த எழுத்து, பட்டகத்தின் உள்ளே சென்று வெளியேறும்போது வெவ்வேறு மனநிலை கிளைகளில், வெவ்வேறு சிதறலாகப் பரவுகிறது. அன்பு, கருணை, உயரம், மேடு, துயரம், மகிழ்ச்சி, தனிமை என்று பல மனோநிலைகள்தான் ஆரோராவில் ஒளிவீசுகின்றன.

கருத்த பாறைகளுக்கிடையே ஒரு அருவி கொட்டிக் கொண்டிருக்கிறது. அதைக் காண்கிறேன். பாறைகள் வட்டங்களாக. அருவி நீள் சதுரமாக மாறும் காட்சியையும், இக்காட்சியைத் தவிர்த்துப் பாறையின் இறுக்கமும், அருவியின் தண்மையையும் காண்கிறேன். இதுவே அரோராவின் தன்மை.

அர்த்தத்திலிருந்து அநர்த்தத்திற்கு, அதர்க்கத்திலிருந்து தர்க்கத்திற்கு, அன்பிலிருந்து வன்முறைக்கு, துயரத்திலிருந்து மகிழ்ச்சிக்கு உருமாறும் கவிதைகள்தான் இவை. காஃப்காவுக்கு கரப்பான் எனில், சாகிப்பிற்கு பல்லி. அதுவும் ஒருசொல்தான் தீர்மானிக்கிறது, ஒரு மழையைப்போல. வெளி, காலம், பிரக்ஞையின்மை, அறிவு எனப் பல தளத்தில் புழங்கும் கவிதைகள் இவை.

கடுகும், நாயும், மனிதர்களும், பைத்தியமும் ஓடிக்கொண்டே இருக்கிறார்கள். அதைக் கணங்கள் தீர்மானிக்கின்றன. மலை முகடாகிறது, முகடு மலையாகிறது. சிரசின் மேல் இருக்கும் கல், உயரத்தை ஒரு கல் அளவு உயர்த்துகிறது. அதே அளவு பாதாளம் இன்னும் ஆழமாகிறது. உயரமென்று பள்ளமென்று ஒன்றும் இல்லை என்பதான எழுத்து சாகிப்கிரானுடையது. தத்துவம் கற்பனையாலும், கனவாலும் எழுதப்படுகிறது.

அதனாலேயே ஒற்றைச்சாலையில் ஓடியோடி வரும் ஒரு பனைத்தாள் தனிமையைப்போக்குகிறது. சுவரில் நிகழும் விநோத நடனங்கள், அவனைத் துயரத்திலிருந்து கற்பனை வடிவங்கள் வழியாக மீட்கிறது.

அறிவியலும் கணிதமும் ஒரு காட்சியாக அமைந்து, கவித்வ மனோநிலைகளைத் தந்துவிடுகிறது. பட்டகம் கவிதையை வாசிக்கும்போது, நாமும் அக்காட்சியுடன் பயணிக்கிறோம். கவிதையில் ஒலி இல்லை. ஆனால் எல்லா ஒலிகளும் மறைந்திருந்து ஒலிக்கின்றன. ஒலிகள் மட்டும் அல்ல, நிறங்களும் தான். துயரத்தின் அருகில் இருக்கும் சிவப்பும், விதிகளை மீறிப்போகும்போது எரியும் விதியின் சிவப்பும் சிவப்பாக இல்லை. நிறம் என்பது நிறமின்மையே என்பதான மெய்மை அது. கருந்துளை பற்றிய கவிதைகள் சிலவும் உள்ளன. பாரதியின் கவிதையொன்றினை எடுத்து உரையாடும் கவிதையின் முடிவு, கருந்துளையில் மறையும் பராபரமாகிறது.

ஒரு கவிதை என்பது முடிவதில்லை. ஒரு கவிதை தனக்குள் பல முடிவிலிகளைக் கொண்டிருக்கிறது, ஒரு கணத்தைப்போல. அரோராவின் கவிதைகள் பலவும் ஒரு முடிச்சாக இருக்கிறது. அந்த முடிச்சை நாம் அவிழ்த்துவிடும்போது, ஒரு புதிர்த்தன்மையில் இன்னொரு முடிச்சாக மாறிவிடுகிறது. ஒரு கவிதையில் வருவதுபோல, நாம் ஒரு பூனை. பெருகும் அதிசய அர்த்தங்களைக்கொண்ட வரிகள்தான் இக்கவிதைகள். பெரும்பான்மையான கவிதைகள் முடிவிலியாகவே இருக்கின்றன. ஆனால் முடிவுடன். சில கவிதைகளில் அறிவார்த்தம் ஒரு புனைவாக மாறும்போது, கவிதை, ஒரு முடிவிலியாக கற்பனையுடன் பேசப்படுகிறது. வால்பேப்பர் என்ற கவிதை இதற்கு உதாரணம். கோடை என்ற கவிதையில் மூன்று கோடரிகள் வழங்கப்படுகின்றன. ஒரு கோடரி பற்றி மட்டும் பேசப்படுகிறது. இரண்டு கோடரிகள் எவை? எப்படி? என்ற புதிர்தான் கவிதையாக அமைகிறது. இப்படி துண்டுத் துண்டான காட்சிகளின் ஒருங்கிணைப்பில் சிறிய நடனம் ஒன்றை நிகழ்த்தி புதிராகவும் மர்மமானதாகவும் மாற்றும் வித்தை பல கவிதைகளில் காண முடிகிறது.

சாகிப்கிரானின் அரோரா மீண்டும் மீண்டும் வாசிக்கவேண்டிய பிரதி என்பதை மறுப்பதற்கில்லை. அறிவிலிருந்து உணர்ச்சிக்கு, உணர்ச்சியிலிருந்து அறிவுக்கு உருமாறும் ஒரு பல்லியாக, கரப்பானாக மாறும் நிலையைத்தான் திரும்பத் திரும்பச் சொல்கிறது. எளிமை, கடினம், சிகரம், பள்ளம் என்கிற மாய விளையாட்டின் வழி சாகிப்கிரான் சொல்வதெல்லாம், சிறிய விடுதலை அல்லது ஒன்றில்லாமல் மறைந்துபோதல் என்பதுதான்.

வாழ்வு நூல்கண்டு எனில், கணங்கள் சிக்குகள் எனில், நாம் எல்லாம் பூனைகள்தான். சாகிப்கிரானின் பூனைகள்தான். இக்கவிதைகள் பலவும் ஆயிரங்கால் ஐடைபோட்டுக்கொள்கின்றன. உற்றுநோக்கும்போது, ஒரு முடியின் ஆரத்தழுவலும், அன்பும், பரிகசிப்பும், ஏமாற்றமும், தப்பித்து ஓடும் பைத்தியமும், முடிவில், புயல்காற்றைச் சாந்தப்படுத்தும் ஓர் ஒற்றை இறகும் நாம்தான். அல்லது சாகிப்கிரான்தான். இக்கவிதைகள் ஒருபக்கம் அறிவியல், கணிதம் வழியாகத் தன்னைத் தேடுகிறது எனில், மறுபக்கம் இயேசு, அஸ்வத்தாமாவின் வழியாகவும் தன்னைத் தேடுகிறது.

இயேசுவின் ரோகமுள்ள கை, இக்கவிதைகள். அவை ஆரத்தழுவ விரும்புகின்றன. வெற்றி என்கிற கவிதையில் வருவதுபோல், சுழன்றோடிக்கொண்டிருக்கும் ஒரு பந்து, தான் தப்பித்து விட்டதாகவே நினைக்கிறது. இந்தக் கவிதைகள் அப்படித்தான் சுழன்றுகொண்டிருக்கின்றன, வாழ்வின் துயரமிக்க, இன்பமிக்க நடனத்திலிருந்து தப்பிக்க.

வாழ்வில் தோன்றும் கணத்தின் நடனமே. "அரோரா" அந்நடனத்தில் அமைவதெல்லாம் உருமாற்றமும் தப்பித்தலுமே.

(அரோரா- சாகிப்கிரான் புது எழுத்து டிசம்பர் 2019 ரூ.100)

சில கவிதைகள், தொகுப்பினைப் புரிந்துகொள்ள.

○

அன்பு

அமைதியோ பேரமைதியோ
ஒரு கடுகு இரைந்து ஓடிக் கொண்டேதானிருக்கும்
அன்போ பேரன்போ
ஒரு சொல் மிகச் சின்னஞ்சிறு
சொல் துடித்தபடியே தானிருக்கிறது.
ஒரு சின்னஞ்சிறு பறவை
கொத்தும் வரை
நிகழும் இரைச்சலில்
மெல்ல ஆடிக் கொண்டிருக்கிறது
பொறி...

○

ஒற்றைப் பனை

நள்ளிரவில்
பேரதிசயத்தை முணுமுணுத்தபடி
காற்றில் ஓடி வந்தது
காகிதம்.
தனிமையின் ஒற்றைச் சாலையில்
ஓடோடி வந்த அதை வாயெடுத்தேன்,
மீண்டும் அரவமற்ற மௌனக்காடு
வீடுவரை வந்து படுக்கையில்
என்னுடன் படுத்துக் கொண்டது.
தனிமை தணிந்தது
தன்னுள்.

○

மாநகரின் வீதி வழியே
நாய் ஓடிக்கொண்டிருக்கிறது.
கொட்டி வழியும்

மழையை மீண்டும் மீண்டும்
சிலிர்த்தபடி விரைகிறது
சாலை
இருமருங்கிலும் ஆயிரம் கண்கள்.
இப்படித்தான்
மழையைக் கடந்து விடும் போல
ஓடி

○

அன்பின் நிழல்

நீதிமன்றம்
அப்பாவியைத் தண்டிக்கப் போகிறது.
நீதிபதியின் வரவுக்காக
அவனும்தான் காத்திருக்க வேண்டியிருந்தது.
இந்த நீதி மன்றத்தின்
ஆலமரம் திடீரென
வேரோடு சாய்ந்து விட்டது.
தீர்ப்பு ஒத்தி வைக்கப்படுகிறது.
அந்த மரத்தடியில் உட்கார்ந்திருந்தவனைத்தான்
யாரோ தீர்ப்புக்கு அழைத்திருக்கிறார்.
இப்போது அவன் நீதிமன்றத்தில்.

○

எளிமை

எளிமையைக் கொண்டாடுகிறோம்
மிக
மிக
கடினமாக இருக்கிறது
எளிமையானது கடினத்தை
மிகத் தொலைவில் குவிக்கிறது
அதற்கு ஒரு

குண்டூசி துளை போதும்
ஆனால் உலகம்
தலையால் நடக்கும்
பயனற்ற கால்கள்
ஒரு
பறவை கூட்டை எந்துமா?
எப்படியாவது ஒரு
பறவையைத் தேடிப் பிடியுங்கள்
சிரசுப் பயணம் எளிதுதான்
மிக
ஆயிரம்கால்
ஜடை போட்டுக் கொள்ள
வேண்டும்
அவ்வளவுதான்

O

தொட்டி

அழுக்குப் பெண்
தன்னோடு ஒரு மூட்டையை
சுமந்தலைகிறாள்.
காம்பௌண்ட் முள்ளில்
மௌன காகம்.
ஜன்னல் வழியாக
வெறித்து ஒருவன்.
அந்தப் பெரிய
குப்பைத் தொட்டியிலிருந்து
ஒரு நாய் குதித்தாடுகிறது.
கொஞ்ச நேரத்திற்கு
அதன் கால்
ஒடிந்து விட்டது.
அவ்வளவுதான்.

O

மழை சுகம்

குழந்தைகளுக்கு பலூன் என்றால்
பெரியவர்கள் எதைக் கொண்டாடுவது?
அதற்கு கண்களுமில்லை
காதுகளுமில்லை
ஆனால் ஒரு
வாய் இருக்கிறது
அதில்தான்
நூல் கட்டியிருந்தது.
அதற்கென்ன
தெரியப்போகிறது இதெல்லாம்?
அல்லது
எனக்கென தெரியப்போகிறது
அதெல்லாம்?
உருண்டையான
அது எப்போதும் கலகலவென இருந்தது.
சாய் பகலில் மழை
பெய்து கொண்டே தான் இருக்கிறது.
யாருக்கும் இது
தெரியவதில்லை

O

மீண்டும் அவர்கள்

மலையிலிருந்து இறங்கியவர்களில்
எல்லாம் தெரிந்தவன்
எப்போதும் பேசிக்கொண்டிருந்தான்.
எதுவும் தெரியாதவன்
எல்லோரும் பேசுவதைக் கேட்டுக் கொண்டிருந்தான்
எதுவும் தெரியாதவன்
எல்லோருக்கும் தெரிந்தவனானான்

எல்லாம் தெரிந்தவன்
யாருக்கும் தெரியாதவனானான்
எல்லோருக்கும் தெரிந்தவனையே
கர்த்தா என்கின்றனர்
அவன் கையில் பிடித்திருந்த
ஆகாயத்தையே ஆகாயமென்றனர்.
ஆனால்
மலையுச்சியை நோக்கி
பைத்தியம் ஒன்று
ஓடுவதாக உங்கள் கற்பனை
மகா துயரம்தான்

O

அவன் இவன்

அவளறையில்
இவன் எழுதியெழுதி கசக்கி
வீசிக்கொண்டிருந்தான்,
அவன் திட்டிக் கொண்டே
பெருக்குகிறான்.
இவன் சொல்லிக்
கொள்கிறான் தனக்குள்
நான் குப்பைகளை வெறுப்பவன்
என்பதை அவன் நம்புகிறான்
அந்த வீட்டில்
யாரோ ஒருவன்
இருப்பதாகவே ஊர் மக்கள்
சொல்லிக் கொண்டார்கள்.

O

வனவிகாசம்

கடைசியாக
தன் நினைவின் காட்டை எழுதிவிட

அந்தப் பறவைக்கு கிடைத்தது
ஒரு ஒற்றை மரம்.
அது அவ்வாறு தான் நினைத்தது.
அந்த மரங்கொத்தியைப் பார்த்து
எல்லோரும் சிரித்தனர்.
ஆனால் அது நினைத்தது...
எல்லோருக்கும் பைத்தியம் பிடித்துவிட்டதென.

○

உருமாற்றம்

விஷயம் மிகச் சிக்கலாகிவிட்டது.
முடிவெடுப்பதில்
பெரும் குழப்பமடைந்து விட்டார்கள்.
நான் அப்போது பல்லியாக
உருமாறினேன்
ஓரிரு சொற்கள்தான்.
விஷயம் எளிதாகிவிடும்.
இங்கேதான்
காஃப்கா தவறி விட்டான்.

○

தீட்சை

நீளமான குச்சியை எடுத்து
அதன் முனையில் ஒரு கந்தல்
துணியைக் கட்டியிருந்தான்.
அந்த வாகனம்
நெருக்கடியான எல்லா சாலைகளிலும்
தாராளமாகப் பயணிக்கிறது.
நடந்து போய்க்கொண்டிருந்த
என் கண்ணில்கூடக் குத்திவிட்டது.
எல்லோரும் என்னை
பார்த்து வரக் கூடாதா என்கின்றனர்.

என்ன செய்வது?
கிட்டே வந்து உற்றுப் பார்த்தவர்கள்
"ஓ நீதான் அந்த ஒற்றைக் கண்ணன்?" என்கின்றனர்.
யாருக்கேனும் நாயன்மார்கள்
கதை ஞாபகத்தில் வருகிறது?

O

குட்டி

ஒரு நூல்கண்டைக்
கைப்பற்றிய பூனைக்குட்டி
உற்சாகமடைந்து வருகிறது.
மறைந்திருக்கும் சிக்குகளின்
பெருகும் அதிசய வரிகளை
ஓடி ஓடித் தீர்க்கிறது.

O

கவிதை எழுதுதல்

ஒற்றை மலரைப் பறிக்க கரையிறங்கும் குழந்தையைப்
பதறி தூக்கும் கரங்களை புறமொதுக்கும் வீரிடலில்
மெல்ல அசைந்தாடுகிறது ஆறு.

O

பட்டகம்

முதலில் மாணவர்களை விட்டார்கள்
அவர்கள் இடப்பக்கமாக நடந்தார்கள்
பிறகு மாணவிகள்
இவர்கள் வலப்பக்கமாக நடந்தார்கள்
நெரிசல் மிகுந்த அந்தக் கல்லூரிச் சாலையில்
நான் நடுவில் எனது வாகனத்தைச்
செலுத்திக் கொண்டிருக்கிறது.

○

சுவடற்று மறைதல்

தேடிச் சோறுநிதந் தின்று
பல சின்னஞ் சிறுகதைகள் பேசி
மனம் வாடித் துன்பமிக உழன்று
பிறர் வாடப் பலசெயல்கள் செய்து
நரை கூடிக் கிழப்பருவ மெய்தி
கொடுங் கூற்றுக் கிரையெனப்பின் மாயும்
பல வேடிக்கை மனிதரைப் போலே
நான் வீழ்வே னென்று நினைத் தாயோ
அப்படி வீழ்வேனெனில்
அது ஒரு கருந்துளை அன்றி
வேறொன்றில்லை பராபரமே.

○

முடிவெடுப்பது யாரென்றே தெரியாத வெளியில்
நின்று கொண்டிருக்கும் அந்தச் சுழல் காற்றுக்கு ஒரு
பறவையின் மெல்லிய இறகு தன் அரூப கையொன்றைத்
தந்து சாந்தப்படுத்துகிறது.
  சாந்தி
  சாந்தி
  சாந்தி

○

பிரசங்கம்

(இ)யேசு கையை நீட்டுகிறார்
அவரது கரங்களில் ரோகம்.
சிலுவையிலிருந்து சிலர்
கத்துகின்றனர்.
காற்றின் பேரொலியில்

கேட்கிறது. 'அஸ்வத்தாமா'
என்கிற ஒரு சொல்

O

சரிதம்

ஆஹா
எத்தனை உயரமானது
எனது இருக்கை.
கண்டறிதலிலிருந்து
தனித்திருக்கிறது ஒன்று.
பரிதாபம் என்றும்
வரமென்றும் கடக்கிறது
சாதகப் பட்சியொன்று.

(அரோரா- சாகிப்கிரான் - புது எழுத்து – டிசம்பர் 2019 – ரூ.100)

சிகப்புச்சொற்கள்

ஜியார்ஜ் ப்ளாய்ட்டின் கழுத்தின்மேல் ஒரு வெள்ளையன் கால் அழுத்துகிறது. அவருடைய மரணம் முன்னிட்டுப் பல போராட்டங்கள் இப்பொழுது நிகழ்ந்து கொண்டுதானிருக்கின்றன. நம் கழுத்தின்மீது பன்னாட்டு நிறுவனங்கள், பணக்கார நிறுவனங்கள், பொழுதுபோக்கு நிறுவனங்கள் நம்முடைய அனுமதியுடன் கால் வைத்து அழுத்திக்கொண்டிருக்கின்றன. இருந்தபோதும் நாம் சிரித்தபடியே அதை வரவேற்றுக் கொண்டிருக்கிறோம். இதற்கு எதிரான குரல்களாக நம் குரல்கள் மாறவில்லை. தங்க நாற்கர சாலைகள், அதிவிரைவு சாலைகளுக்காக நம் வீடு, தோட்டம், சிறு குளங்கள், நீண்டு அகன்ற மரங்கள், சில

பழைய மனிதர்களை இழந்துகொண்டிருக்கிறோம். அதையும் எதிர்ப்பதில்லை நாம். ஆனால் கவிஞர்கள் எதிர்க்கத்தான் செய்கிறார்கள்.

"இது கவிதையா, இலக்கியம் சார்ந்தவையா, அரசியல் பிரச்சாரமா அல்லது வெறும் காகிதப் புலம்பல்களா என்பதை நீங்களே முடிவு செய்துகொள்ளுங்கள்" என்று அமைந்த முன்னுரையுடன், இந்தத் தொடருக்காக எழுதப்பட்ட மொழிபெயர்ப்புக் கவிதைத் தொகுதி வரிசையில் கடைசியாக அமைவதுதான், தலைப்புச்செய்திகள் மூன்றாம் உலக குரல்.

சிசில் ராஜேந்திரா, கிரேஸ் ஆர் மாண்டி டி ரோஸ், அன்டிரியா தயாபவார், பால் பிரான்ட், பாசில் பெர்னான்டோ, ஜூலியோ கொத்தசார், எரியல் டார்ஃப்மான், மிக்கிஸ் தியோடோ ராகிஸ், மார்னே எல் கிலாட்டஸ், சில்வியா ரோடிரிக்ஸ், தைர்யாஷில் பாட்டில், பெயர் தெரியாத 13 வயது சிறிலங்கச் சிறுமி ஆகியோரின் கவிதைகளை, நெடுஞ்செழியன், குமாரசாமி, உமா, சித்கலா, தமிழ்தாசன் ஆகியோர் மொழியெர்த்திருக்கிறார்கள்.

போர், வறுமை, அந்நிய சர்வதிகாரம், அரசியல் பைத்தியக்காரத்தனம், கறுப்பு இன வெறிக்கொள்கை, நவீன முன்னேற்றத்திற்காக நடைபெறும் இயற்கைப் பேரழிவு எனப் பலவற்றை இக்கவிதைகள் பாடுபொருளாகக் கொண்டு இருக்கின்றன. சிசில் ராஜேந்திராவின் கவிதைகள் கருப்பு அவலம் எனில், கிரேஸ் டி ரமோஸ் கவிதைகள் போருக்கு எதிராக இழந்த மகன்களைப் பற்றியவை. போர்க்கு எதிராக எழுதப்பட்ட கவிதைப்போட்டியில் வந்த 13, 000 கவிதைகளில் முதலிடம் பெற்ற கவிதை இது. கரும்புப் பயிர்களின் ஊடே வாழ்விழுந்து, ஒரு பானைக் குடிநீருக்காக அலையும் அவலத்தை தயா பவார், ஒரு அணை தயாராகிறது என்கிற கவிதையில் குறிப்பிடுகிறார். சில்வியா ரோடிரிக்ஸ்ஸின் உனது பெயர்... என்ற கவிதையில், துப்பாக்கி நிற்கிறது, அதிகாரத் துப்பாக்கிக்கு எதிராக. மன்மோகன்சிங்கின் பொருளாதாரத்திற்கு எதிரான கவிதையை தைர்யாஷீல் பாட்டில் எழுதும்போது, அது பச்சை டாலர் புரள இடம் கொடுக்கும் பொருளாதாரமாக இருக்கும்

என்கிறார்.

இன்றைய தமிழ்ச்சூழலில் நவீன வாழ்வின் முன்னேற்றத்திற்காக நிகழும் அரசியல், பொருளாதாரத்திற்கு எதிரான கவிதைகள் யாவும் சிவப்பு வார்த்தைகள்தாம். அது எந்த வடிவிலும் இருக்கலாம். இந்நூலை வாசித்தபின் ஆம்னஸ்டி வலையைப் பார்க்கும்போது, நீதி தேவைக்கான பட்டியல் நீண்டுகொண்டே இருக்கிறது. இத்தொகுப்பில் உள்ள 33 கவிதைகள், அதிகாரத்திற்கு, நவீன முன்னேற்றத்திற்கு, போருக்கு எதிரான நீதி வேண்டும் குரல்களைக் கொண்டுள்ளன.

சமீபத்தில் *Marko tomas* ன் கவிதைகளை வாசித்தேன். என் வீட்டுச் சன்னல் அருகே நின்றபடி, தெருவில் வரும் என்னுடைய அதிபரைச் சுடுவேன் என்று ஒரு கவிதையில் எழுதுகிறார். இன்றைய இந்தியாவில், தமிழகத்தில், ஒரு வார்டு மெம்பரைக்கூட சுடவேண்டிய கட்டாயம் இருந்தும் சுடமுடியாத நிலைதான் இருக்கிறது. ஒருவேளை நான் சுட்டால், அடுத்த வேளை நான் பிணமாகவே இருக்கும் தருணத்தைத்தான் இன்றைய நாடு இருக்கிறது என்பது நமக்குத் தெரிந்ததுதானே. அவ்வளவு சுதந்திரம் நமக்கு இன்னும் தரப்படவில்லை என்பதுதான் யதார்த்தம்.

இந்நூல் இப்போது எங்கும் கிடைக்காது என்று நினைக்கிறேன். இதை மொழிபெயர்த்தவர்கள் என்ன செய்கிறார்கள்? எங்கிருக்கிறார்கள்? என்றும் தெரியவில்லை. இதைப் பதிப்பித்த பாலாஜி என்ன செய்துகொண்டிருக்கிறார் என்றும் தெரியவில்லை. இந்தப் பதிப்பகத்திற்குச் சென்றிருக்கிறேன், விந்தை சீனுவுடன். இப்போது அந்தப் பதிப்பகக் கடை என்னவாக இருக்கிறது என்றும் தெரியவில்லை. நிச்சயம் அது இன்னொரு புத்தகக் கடையாக இருக்காது. ஆனால் அவர்கள் யாரும் இல்லை என்றாலும் கூட இந்தப் புத்தகம் இருக்கிறது, வாசிக்க, சிலர் கைகளில். எழுத்தின்வேலை அதுதான். பூனை மறைந்தபிறகும், மறையாமல் அந்தரத்தில் மிதக்கும் சிரிப்பு போன்றதுதான் இந்த மாதிரி நூல்கள். இந்தக் கவிதைகளை வாசித்தபிறகு, அவை கேட்கின்றன: 'இன்றைய நவீன வாழ்வில்

நீயும் உன் சமூகமும் எவ்வாறு கொள்ளையடிக்கப்படுகிறீர்கள்
என்பது தெரிகிறதா?

இத்தொகுப்பிலிருந்து சில கவிதைகள்

O

சிசில் ராஜேந்திரா கவிதைகள்
அந்நியத் தலையீடு

அவனது ஹோட்டல் தொடர்களை
நடத்துபவர்கள் ஆஸ்திரேலியர்கள்.
அவனது பால்பண்ணைத் திட்டத்தை
மேற்பார்வையிடுபவர்கள் ஆஸ்திரேலியர்கள்,
அவனது மின்னணுத் தொழிற்சாலை
கட்டுப்படுத்துவது ஜப்பானியர்கள்.
அவரது டின் மீன் தொழிற்சாலைக்கு
ஆலோசகர்கள் சீனர்கள்
அவனது திருவோட்டிற்கு
நிதிப்பிச்சையளிப்பது அமெரிக்கா.
அவனது கார்களுக்கு
எரிபொருள் நிரப்புவது அரபு ஐக்கிய எமிரேட்
அவனுக்கு போராசிரியர்களை
ஏற்றுமதி செய்வது யுனெட்டட் கிங்டம்
அவனது கால்பந்தாட்ட வீரர்களுக்கு
பயிற்சி அளிப்பது ஜெர்மனி
ஆனால்
நாட்டிலுள்ள
தடுப்புக்காவல் சாவுகள் பற்றி
போலீஸ் அராஜகம் பற்றி
சிறைக் கற்பழிப்புகள் பற்றி
ஒரு சர்வதேசக்குரல்
ஒலிக்கத் தொடங்கும் போது
அவன் குதிக்கிறான்

வானத்திற்கும், பூமிக்கும்
அந்நியத் தலையீடு என்று!

○

ஜோதிடம்

நம் எதிர்காலம்
நம்
கண்முன்னே
பரப்பி வைக்கப்பட்டுள்ளது
வெள்ளைக் காகிதங்களில்
இந்த
ஐந்தாண்டுத் திட்டத்திற்கு
பிறகு
இன்னொன்று வரும்
பிறகு
இன்னொன்று
இனியும்
மிச்சமிருக்கவில்லை
ஆச்சரியங்கள் ஏதும்.
மீதி இருப்பவை
வெறும் வாக்குறுதிகளும்
பெரும் ஏமாற்றங்களும்
மட்டும்தான்!

○

நர்த்தன பெண்களின் சாவு நடனம்

இத்தெருவில்
இனி
இருக்காது
தங்கப் பூக்கள்
நாட்டிய அபிநயம்

அந்திச் சூரியனை
சவாலுக்கு அழைக்கும்
அம் மஞ்சள் பூக்களைச்
சொரியும்
அக்கம்பீர மரங்கள்
வெட்டி எறியப்பட்டன.
வேரோடு
புதிய நான்கு வழி
வாகன சாலை அமைக்க
எப்பொழுதும் போல
இயற்கையும்
அழகும்
பலியிடப்பட்டுவிட்டன
வளர்ச்சி சாமிக்கும்
முன்னேற்ற பூதங்களுக்கும்.
சிதறிக் கிடந்த
அத் தங்க மலர்கள்
பொறுக்கி எடுத்த
என் நான்கு வயது
சுட்டிப் பெண்
கண்களை அகல விரித்துக்
கேட்டாள்
ஏனப்பா!
இச்சாலையில்
இந்த
நர்த்தன மலர்கள்
இனி
இருக்காது
என்பது
உண்மைதானா?

○

ஸ்னுாக்கர் விளையாட்டின் பாடம்

ஊழலை அடுத்து பெரிய ஊழலாக
மேசை மேல் நிறைந்தது
மறைந்தன அனைத்து
பச்சைகளும்
மிஞ்சியது
சிவப்பு

அவர்கள் ஓட்டுமொத்தமாக சுருட்டினார்
ஒவ்வொரு அடி மூலமாகவும்,
எந்த கோணத்தையும்
அவர்கள் விட்டு
விடவில்லை.

நமது இழப்புகளை ஈடு செய்ய
ஏதுமில்லாததால் நாம் அலறிக்
கொண்டு இருந்தோம்
தொண்டை கட்டி
முகம் வெளிரும்
வரை.

ஆனால் இதை சட்டை செய்யாது
அவர்கள் கூறினார்: எமக்கு
ஒரு சந்தர்ப்பம் தாங்கள்
நாங்கள் மாட்டி
விடப்பட்டுள்ளோம்.

இப்பொழுது எல்லாம் சீராகிவிட்டது
பானைகள் மறைந்துவிட்டன
ஊழலைகள் மறைக்கப்
பட்டுவிட்டன நம்
நாளைய வாழ்வு
நாலாபக்கமும்

O

சதிகாரத் துறவி

அவரிடம் இருந்ததையெல்லாம்
அவர் அள்ளி அள்ளிக் கொடுத்தார்
ஏழை எளியவர்க்கு
தன் வீட்டைக் கொடுத்தார்
அவர்கள் தங்குவதற்கு
தன் சேமிப்பு முழுவதையும் கொடுத்தார்
அவர்கள் தினவாழ்விற்கு
தனது காரை அடமானம் வைத்தார்
அவர்களுக்கு மருந்து வாங்குவதற்கு
தனது நூலகத்தைத் திறந்துவிட்டார்
அவர்கள் குழந்தைகள் படிப்பதற்கு
அரசாங்கம்   அவரை
'துறவி' என்றழைத்தது.
பட்டங்களை. பதவிகளை, அள்ளி வழங்கியது
கௌரவங்களை, கேடயங்களைக் கொடுத்துக் குவித்தது
ஆனால் என்ன துரதிர்ஷ்டம்!
அவரது சொத்து முழுவதுமே
தீர்ந்து போய்விட்டது
கொடுப்பதற்கு ஒன்றுமே இல்லாமல் போனதும்
நமது மனிதர்
கேட்கத் துவங்கினார் கேள்விகளை:
அவர்கள் ஏன் ஏழையாக இருக்கின்றனர்?
அவர்களுக்கு ஏன் வேலை இல்லை?
அவர்களுக்கு ஏன் உணவில்லை?
உறைவிடம் இல்லை?
கல்வியில்லை?
அவர்கள் எப்படி ஏழையாக்கப்பட்டனர்?
இப்பொழுது
அதே அரசாங்கம்
பொடி வைத்துப் பேசவில்லை
நமது துறவியை

"சதிகாரன்"
"உளவாளி"
"பிச்சைக்காரன்"
"சிஐஏ ஏஜென்ட்"
என்று
முத்திரை குத்தி
அனுப்பி வைத்தது
சிறைச்சாலைக்கு, வழக்கு
விசாரணைகள் ஏதுமின்றி.

O

டகிள்பாச்சாவின் செய்திகள்

வணக்கம்.
சின்பாச்சா வானொலி நிலையம்.
செய்திகள் வாசிப்பது
இங்கிலாந்துடனான பீரங்கி பேர ஊழலில்
புரண்ட 1000 கோடி கமிஷன் பெற்றதில்
பல அமைச்சர்களும், ராஜ பரம்பரையினரும்
முக்கியப் பங்கு வகிப்பது குறித்து
லண்டன் டைம்ஸ் பத்திரிகையில்
இடம் பெற்ற செய்தியை ராணுவ அமைச்சகம்
உறுதி செய்தது.
டைம்ஸ் பத்திரிகை கூறுவது முழு உண்மை என்று
தெரிவித்த அமைச்சக அதிகாரி ஒருவர்
மேலும் தொடர்ந்து இது ஜோடிக்கப்பட்டது
என்று போலிப் பிரச்சாரத்திலும், வதந்தி பரப்பிலும்
ஈடுபடுபவர்கள் கடுமையாகத் தண்டிக்கப்படுவார்கள்
என்று எச்சரித்தார்

சமீபத்தில் உடல் பானமுற்ற குழந்தைகளுக்கான
கட்டிடத்தைத் திறந்துவைத்துப் பேசிய
வெளியுறவு அமைச்சர். கமிஷன் பெற்றதில்

தன் பெயரைச் சேர்க்காமல் விட்டதற்காக
பிரிட்டன் அரசாங்கத்தைச் சாடினார். இது
நியாயமற்ற, மரபு மீறிய செயல் என்று அவர்
வர்ணித்தார். லண்டனில் உள்ள தனது
சூதாட்ட அரங்கில் மோடி நாட்டிற்கு அழைத்து
சரியான பதிலடி கொடுக்கப்போவதாகவும்
அவர் சூளுரைத்தார்

இதற்கிடையே
நாட்டின் கல்வித் தரம் குறைந்து வருவது குறித்த
அறிக்கையை வெளியிட்டுள்ள பல்கலைக்கழக
ஆசிரியர்-மாணவர் கழகத்தோடு தாம் ஏதும்
சண்டையிடவில்லை என்று கல்வி அமைச்சர் தெரிவித்து
உள்ளார். மேலும் அவர் தொடர்ந்து, அரசாங்க
ஆதரவுடன்
டகிள்பாச்சா நாட்டில் நடைபெறும் அறிவு ஏற்றுமதியின்
காரணமாக கல்வியின் தரம் வருந்தத்தக்க நிலையில்
உள்ளதாகக் குறிப்பிட்டார். நான் மிகுந்த முன்னெச்சரிக்கை
பின் தனது குழந்தைகளை அமெரிக்க பல்கலைக்
கழகங்களில் சேர்த்துள்ளேன் என்று மனந்திறந்து பேசிய
அவர் தனது முன்னுதாரணங்களை நாட்டு மக்கள்
அனைவரும் பின்பற்ற வேண்டும் என்று வலியுறுத்தினார்

வேறொரு இடத்தில் நடந்த மற்றொரு விழாவில்
கலந்துகொண்ட சுற்றுலாத்துறை அமைச்சர், நாட்டில்
சுற்றுலா வளர்ச்சியை கணிசமாக அதிகரிப்பதின்
பகுதியாக மேலும் 15000 விலைமகளிர் விடுதிக்கான
உரிமம் வழங்க முடிவு செய்யப்பட்டிருப்பதாக
தெரிவித்தார்
இப்புராதனத் தொழிலில் இறங்க உள்ளூர் பெண்கள்
முன்வராததால், அடுத்த நாட்டில் இருந்து 130000
உல்லாசப் பெண்களை இறக்குமதி செய்யும் நிலைமைக்கு
அரசாங்கம் தள்ளப்பட்டதாக அவர் தெரிவித்தார்

அந்நிய நாடுகளில் நமது நாட்டுமதிப்பை உயர்த்துவதில் தமது
பங்களிப்பை அளிக்க நமது பெண்கள் தொடர்ந்து மறுத்துவந்ததால், அரசாங்க கேளிக்கை விடுதிகளில் 15-25 வயதிற்கு இடைப்பட்ட பெண்கள் அனைவரும் தேசிய தேவை புரிவதைக் கட்டாயமாக்கும் சட்ட விதியை நாடாளுமன்றம் மூலம் கொண்டுவர தமது அரசாங்கம் தயங்காது என்றும் அவர் எச்சரித்தார்.

இதற்கிடையே சமீபத்திய இடைத்தேர்தவில் வெற்றிவாகை சூடிய திருவாளர் பரிசுத்தம் தேர்தலில் மோசடி நடித்திருப்பதாக எதிர்க்கட்சியினர் கூறுவதை ஒப்புக் கொண்டுள்ளார். ஆளும் கட்சியான அம்மா ஐக்கிய முன்னணி (அ.ஐ.மு) 750000 போலி வாக்காளர்களை உருவாக்கி இவ்வெற்றியை ஈட்டிக் கொடுத்ததை அவர் உறுதி செய்தார். தனது வழியைப் பின்பற்றாத முட்டாள் தனத்திற்காக எதிர்க்கட்சியினரை அவர் எள்ளி நகையாடினார்

இடைத் தேர்தலில் தோல்வியுற்ற எதிர்க்கட்சி வேட்பாளர் மீது தேசத்துரோக குற்றம் சாட்டப்பட்டுள்ளதாக பிரதம அமைச்சர் தெரிவித்துள்ளார். வெகுவிரைவில் அவ் வேட்பாளர் கங்காரு நீதிமன்றத்தின் முன்பு விசாரணைக்கு கொண்டுவரப்படுவார் என்றும், தேர்தலில் போட்டியிட்டதன் மூலம் மகாராஜாவின் கோபத்தை அவர் சம்பாதித்துக்கொண்டுவிட்டதால் அவருக்கு மரண தண்டனை விதிக்கப்படும் என்றும் அவர் அறிவித்தார்.

மானமிகு மகாராஜா தனது பிறந்த நாளின்போது தேசமக்களுக்கு அளித்த செய்திகள் அம்மா ஐக்கிய

முன்னணி
(அ.ச.மு) க்கு மக்கள் வாக்களித்து அதை நிரந்தரமாக
பதவியில் அமர்த்தவேண்டும் என்று கேட்டுக்
கொண்டுள்ளார்.
மேலும் அ.ஐ.முக்கு எதிரானவர்களை
ஆழமான கிணறுதேடிப் போய் குதிக்கச் சொன்னார்
மகாராஜா

இனி அயல்நாட்டுச் செய்திகள்:

டகிள்பாச்சாவின் முக்கிய போதை மருந்துக் கடத்தல்
மன்னன்
டிகிரி தோஸ்து. நேற்று இரவு. கென்னடி சர்வதேச விமான
நிலையத்தில் 10000 டன் தூய ஹெராயினை தனது
சொந்த விமானம் மூலம் கடத்த முயன்ற போது கைது
செய்யப்பட்டதாக உறுதியான தகவல்கள் தெரிவிக்கின்றன
இது குறித்து போலீஸ் கமிஷனரைத் தொடர்பு
கொண்டபோது
டகிள்பாச்சாவின் முக்கிய குடிமகனைக் கைது செய்துள்ள
அராஜகச் செயலால் தான் அதிர்ச்சியடைந்து
இருப்பதாகத் தெரிவித்தார்
அப்போதை மருந்துக் கடத்தல் மன்னனை நம் நாட்டிற்கு
மீட்டுக் கொண்டுவர தான் எதுவேண்டுமானாலும்
செய்யத்தயாராக இருப்பதாக தெரிவித்த போலீஸ்
கமிஷனர்
அவர் இங்கு கொண்டுவரப்பட்டு, நிபந்தனையின்றி
விடுதலை செய்யப்படுவதோடு அவருக்கு ஒரு
தேசியநாயகனுக்கு உரிய வரவேற்பு அளிக்கப்படும்
என்றும்
உறுதியளித்தார்.

அப்போதை மருந்து கடத்தல் மன்னனின் கைது நம்
நாட்டின்

உள்விவகாரங்கள் மீதான இந்தியத் தலையீடு என்று போலீஸ் கமிஷனர் வர்ணித்தார். மேற்கத்திய அரசாங்கங்களை களத்து ஏகாதிபத்திய, நவ காலனித்துவ மதிப்புகளையும் கலாச்சாரத்தையும் நம் மீது திணிப்பது குறித்து அவர் வெகுண்டெழுந்தார்

பின்னர் போலீஸ் எதிர்த்தாக்குதல் நிதிக்கு சர்வதேச போதை மருந்து கடத்தல் கூட்டணியிடம் இருந்து 15,00,000 நன்கொடையைப் பெற்ற போலீஸ் கமிஷனர் இத்தகைய போக்கு குறித்து மேற்கத்திய நாடுகள் அசட்டையாக இருந்ததைக் கண்டித்ததோடு இப்பிராந்தியத்தின் பொருளாதார மேம்பாட்டிற்கு போதை மருந்துக் கடத்தல்காரர்களின் பங்களிப்பு குறித்து மேற்கத்திய நாடுகள் கண்டு கொள்ளாமல் இருப்பது கண்டு தான் வெட்கப்படுவதாகவும் அவர் குறிப்பிட்டார். போதை மருந்துக் கடத்தல்காரன் டகின்பாச்சா நாட்டின் மிகமுக்கிய அந்நியச் செலாவணி ஈட்டும் தொழில் என்பதையும் அவர் சுட்டிக்காட்டினார். நமது சமுதாயத்திற்கு போதை மருந்து கடத்தல் ஆற்றிய அரும்பணியையைப் பாராட்டி தலைநகரில் பளிங்கிலான மாபெரும் நினைவுச் சின்னம் ஒன்று அமைக்கப்பட அவர் வேண்டுகோள் விடுத்தார்.

சித்திரவதை குறித்த அம்னஸ்டி இண்டர்நேஷனல் என்னும் லண்டனைத் தலைமையகமாகக் கொண்ட மனித உரிமை இயக்கத்தின் அறிக்கை பற்றி உள்துறை அமைச்சர் குறிப்பிடுகையில், டகிள்பாச்சா நாடு பற்றி அதில் மிகவும் குறைவாக இடம் பெற்றுள்ளது குறித்து வருத்தம் தெரிவித்தார்

சித்திரவதை நாட்டில் பரவலாகவும், தொடர்ந்தும் இடம் பெற்று வருவதை அமைச்சர் ஆதாரபூர்வமாகத் தெரிவித்து உள்ளார்.

டகிள்பாச்சா நாட்டில் சித்திரவதை பிரயோகிக்கப்படுவது குறித்து, அம்னஸ்டி இண்டர்நேஷனல் அறிக்கையில் 10 பக்கங்கள் ஒதுக்கப்பட்டுள்ளது அம்னஸ்டி இண்டர் நேஷனல் இனவேற்றுமை பாராட்டுவதை உறுதி செய்வதாக உள்ளது என்று அவர் குற்றம் சாட்டினார். இங்கு சித்திரவதை குறைந்து வருகிறது என்று கூறப்படுவது திட்டமிட்ட பொய்ப் பிரச்சாரம் என்று அவர் சாடினார். அடுத்த ஐந்தாண்டு காலம் முழுவதும் சித்திரவதை கண்டிப்பாகத் தொடர்ந்து இருக்கும் என்று அமைச்சர் மனித உரிமைக் குழுக்களுக்கு உறுதியளித்தார். தற்போது சிறைகளிலும், பொலிஸ் நிலையங்களிலும் உபயோகப் படுத்தப்பட்டு வரும் சித்திரவதை உபகரணங்கள் பழமை யானவை, திறமையற்றவர் என்று வர்ணித்த அமைச்சர், நவீன சித்தரவதை மின் சாதனங்கள் வாங்க இவ்வரவு செலவுத் திட்டத்தில் 5 கோடி ஒதுக்கப்பட்டுள்ளதாக பரபரப்பாக அறிவித்தார்.

பத்திரிகை இருக்கிறது. பேனா இருக்கிறது என்பதால் தனது ஆட்சியின் ஊழல்களைப் புள்ளிவிவரங்களோடு சுட்டிக் காட்டியதாக பத்திரிகையாளர் அனில் மீது உரிமை மீறல் குற்றம்
சாட்டிய முதலமைச்சர், உரிமைகள் கமிட்டி, நடுநிலையோடு
சிறைத் தண்டனை அளித்து அவர் தென்னாப்பிரிக்காவிற்கு நாடு கடத்த உத்திரவிடுவதன் மூலம் எழுத்துச் சுதந்திரக் கண்ணியம் காக்க வழி செய்யும் என்று தான் நம்புவதாக கரகோஷங்களுக்கு இடையே சட்டசபையில் தெரிவித்தார்

இப்போது விளையாட்டுச் செய்திகள்...

தம் நாட்டில் உள்ள 900 பழைய ஒலிம்பிக் தங்க வீரர்கள்

தாங்கள் 'ஸ்டிராய்டு' என்னும் போதை மருந்து உபயோகித்ததாக ஒப்புக்கொண்டுள்ளனர். அவர்கள் கூட்டாக வெளியிட்ட அறிக்கையில் இத்தகைய போதைப் பொருட்கள் உபயோகிப்பதை வருங்கால போட்டிகளில் கட்டாயமாக்க வேண்டும் என்று வேண்டுகோள் விடுத்துள்ளனர்.

இதற்கிடை யே கடந்த போட்டிகளில் போதைப் பொருள் உபயோகிக்காமல் பதக்கம் பெற்ற வீரர்கள் அதைத் தங்களிடம் ஒப்படைக்குமாறு சர்வதேச ஒலிம்பிக் கமிட்டி உத்திரவிட்டுள்ளது. போதை மருந்து உட்கொண்டு அதனால் பலவீனப்பட்டிருந்தவர்களோடு நல்ல உடல் நிலையில் இருந்தவர்கள் போட்டியிட்ட செயல் நியாயமற்றது, ஏமாற்றத்தனமானது என்று அக்கமிட்டி குற்றம் சாட்டியுள்ளது.

செய்தி அறிக்கையை நிறைவு செய்யுமுன்பு
வானிலை அறிக்கை...
நாளை தலைநகரில் வெயில் மண்டையைப் பிளக்கும்.
நாட்டின் பிறபகுதிகளில் பரவலாக பனி பெய்யக்கூடும்.
மாறாக மழை பெய்தாலோ, வெயில் அடித்தாலோ
வானிலை
நிலையத்தை யாரும் குறைகூற வேண்டாம் என்று
கேட்டுக்கொள்ளப்படுகிறார்கள்.

அதிகாலைத் தட்பவெப்பநிலை ஆர்டிக்கில் 90 ஐத்
தொடலாம்;
நிலநடுக்கோட்டில் க்கும் கீழே போகலாம்...

ஒரு தாறுமாறான வாரவிடுமுறைக்கு வாழ்த்துகள்
வாழ்த்துகள்

இத்துடன், செய்திகள் நிறைவடைந்தன... ஹி...!

○

தைரியசாலித் தாய் கிரிஸ் ஆர் மாண்டி ரமோஸ்

நான் ஒரு தாய்,
மூன்று மகன்களைப் பெற்றவள்
இருவர் ராணுவத்தில் சேர்ந்துவிட்டனர்
இளமையிலேயே,
நாட்டுப்பற்று, தேசப்பற்று என்ற
காரணத்தினால் அல்ல.
வேறுபிற தொழிற் சாலைகளில்
வேலை காலி இல்லாததால், மேலும்
ராணுவத்தில் சேர்வது எளிது. துப்பாக்கிகளைக்
கையாளப் பழகுவது சுலபம்

நான் ஒரு தாய்
மூன்று மகன்களைப் பெற்றவள்
கடைசி மகன் இப்பொழுது போய்விட்டான்
அவனது இளமையின் உச்சத்தில்,
அடையாளம் தெரியாத சிலர்
அவனைத் தூக்கிச் சென்று விட்டார்.
அவர்களின் பெயர்களை நான் ஒருபோதும்
அறியப் போவதில்லை

எனக்குத் தெரிந்ததெல்லாம் அவர்கள்
ராணுவத்தினர் என்பது மட்டும்தான் என் கண்களைப்
போல.
விஷம் கக்கும் கொடூரத் துப்பாக்கிகளைத்
தூக்கிக் கொண்டு திரியும் சைத்தான்கள்

அவன் ஒரு அருமையான இளைஞன்
கண்ணிமை போல 17 வருடங்களாக நான்
அவனைக் காப்பாற்றி வந்தேன்
ஒரு நொடியில் அவர்கள்

அவனைத் தூக்கிச் சென்று விட்டார்.
நான் இப்பொழுது அவனது எலும்புகளைத்
தேடிக் கொண்டிருக்கிறேன்
அவர்களின் பெயர்களை நான் ஒருபோதும்
அறியப் போவதில்லை.

நான்
அச்சத்தோடு அச்சூழ்நிலையைக்
கற்பனை செய்து பார்க்கிறேன் அவர்கள்
தாடி வைத்திருந்தனரா?
இல்லை
முகச் சவரம் செய்திருந்தனரா?
அவர்கள் உடல்
இரும்பென உறுதியாய் இருந்திருக்கக் கூடும்
அவர்களின் கரங்கிய சீருடை
திறமை, குதிரை வீட்டை திறமை
அவர்கள் துப்பாக்கியிலிருந்து
குண்டுகள்
எப்படி குதித்து கிளம்பியிருக்கும்?

என் ராணுவ மாற்றும் மகன்கள் வீட்டுக்கு வந்திருந்தார்.
முகாம்களில் குண்டுச்சத்தம் சிறிது ஒத்திருந்தபோது
அவர்களுடைய சகோதரனின் புகைப்படத்தை நான்
ஒளித்து வைத்துவிட்டேன். அது அவர்கள் அழ வைக்கக்
கூடும்,
அவர்களின் ஞாபக நரம்புகளை மீட்டி விடக் கூடும்.
ஒருவேளை அவர்கள் (கடவுள் மன்னிப்பாரா!)
பிற அன்னையருக்கு இதே போன்ற துக்கங்களைத்
தோற்றத்திருக்கக் கூடும். ஒருவேளை அவர்கள் பட்ட
கடனை இளைய மகன் வட்டியும் முதலுமாக
திருப்பி அளித்திருக்கக் கூடாது,

அழுவது நல்லது, பாரத்தை அது இறக்கிவிடும்

என்று பெரியவர்கள் கூறினாலும்
என்னால் அழ முடியவில்லை, எனக்கு
புதைந்த என் மகன் எலும்புத் துண்டுகள் கூட
கிடைக்கவில்லை நான் என் துக்கத்தை
சுருங்கிப்போன என் முகங்களின் தசை முடிச்சுகளுக்குள்
புதைக்கக் கொண்டுவிட்டேன்.
மௌனமாக,
ஒரு பெண்ணுக்கு வரவே கூடாத
துக்கத்திற்காக
நான் வெம்பித் துடிக்கிறேன்
கொல்வதற்காகவும், கொல்லப்படுவதற்காகவும்
மகன்களைப் பெற்ற
மகராசியாகி விட்டதற்காக!

O

ஒரு அணை தயாராகிறது தயா பவார்

அந்த அணை எழுப்பப்பட்டுக் கொண்டிருக்கிறது
என் வாழ்வு புதைக்கப்பட்டுக் கொண்டிருக்கிறது

கிழக்கு வெளுக்கிறது
வறண்டு கிடக்கிறது என் கல் உரல்
இன்றைய உணவிற்காக
நான் சேகரித்துக் கொண்டிருக்கிறேன்
நேற்றைய தவிட்டை

கிழக்கு வெளுக்கிறது
வடிந்து மடிகிறது என் உற்சாகம்
இடுப்பில் கைக் குழந்தை உதைக்க
விழியோரம் கண்ணீர் பெருக்கெடுக்க
நான் போகிறேன் அணைக்கட்டு வேலைக்கு,

கிழக்கு வெளுக்கிறது
கம்பீரமாக நிற்கிறது கட்டி முடிக்கப்பட்ட அணை
சூழவுற்று கிடக்கின்றன கரும்புப் பயிர்கள்
அத்துவான காட்டில் நான் நடக்கிறேன்
வெறுங்காலுடன் ஒரு பானை குடி நீருக்காக

அந்த அணை கட்டி முடிக்கப்பட்டு விட்டது
என் வாழ்வு புதைக்கப்பட்டு விட்டது.

◯

எனக்கு ஒரு சகோதரன் உண்டு

ஜூலியோ கோர்டஜார்
எனக்கு ஒரு சகோதரன் உண்டு
நாங்கள் இருவரும் ஒருவரை ஒருவர்
கண்டதே இல்லை. ஆனால்
அது ஒரு பொருட்டே அல்ல

எனக்கு ஒரு சகோதரன் உண்டு
மலைகளின் பாதுகாவலன் அவன்
நான் உறங்குகின்ற வேளையில்
எனக்கும் கூட

எனது வழியில் நான் அவனை நேசிக்கிறேன்
ஓடை நீர் போன்ற அவன்
குரலைக் கேட்டு இருக்கிறேன்

அவனது நிழல் பாதுகாப்பில்
நான் நடமாடி இருக்கிறேன்

நாங்கள் இருவரும் ஒருவரை
ஒருவர் கண்டதே இல்லை; ஆனால்

அது ஒரு பொருட்டே அல்ல
நான் உறங்குகின்ற வேலையில்
அவன் கண்ணுறங்காது காவல் இருக்கிறான்.

இருண்ட இரவு பொழுதுகளில்
என் சகோதரன் எனக்குக்
காட்டி இருக்கிறான்.
அவன் பாதுகாத்து வைத்திருந்த
நம்பிக்கை நட்சத்திரத்தை.

○

மன்மோகதாரம்
தைர்யாஷீல் பாட்டில்

அதற்கு ஒரு அடைமொழி
மன்மோகன் பொருளாதாரம் என்று,
ஏதோ அவர் கையில் இருந்தது
மந்திரக்கோல் போல
அதுதான்
வருங்காலத்தின் ஒரே நம்பிக்கை,
சர்வ ரோக நிவாரணி.
யுரேகா என்று கத்திக் கொண்டு ஓடிய
அந்த நிர்வாண அறிஞனுக்கும்
அவருக்கும் உண்டாம் ஒற்றுமை
தாடியில் – நரைத்த தாடியில்
இந்த நவீன தாடி
கொஞ்சம் புசுபுசுபுசுவென்று.

சுருக்கமாக கூறப் போனால்
இது ரீகன்பைத்தியக் கொள்கைபோல
அல்லது
அவனது முதல் மைத்துனி
மார்க்கட் தாட்சரின் சீரிய 'சீர்திருத்தம்' போல

'திடீர்' புகழ் பெற்ற ஒன்று.
அந்த உயர்மட்ட வர்க்கம் இந்நாள்வரை
யாசித்து வந்ததைத்தவிர
வேறு ஒன்றும் புதிதாக இதில் இல்லை

பணம்
பணக்காரர்களின் பாக்கெட்டுகளில்
மட்டும் இருக்கட்டும்.

எப்படிச் செலவழிப்பது என்று
அவர்களுக்கு மட்டும்தானே தெரியும்?
அப்படி செலவளித்து செலவழித்து
அதை வளர்த்தெடுப்பதும்,
இப்படி விசிறிவிட்டு, சாபமிட்டு,
பணக்காரர்களுக்கும்,
அதிகார மிக்கவர்களுக்கும்
கால் பிடித்துவிட்டு
அவர்கள் பாட்டுக்கு 'சிவனே' என்று
பணம் குவிக்க விட்டு விடப்பட வேண்டும்

தங்கக் கைகுலுக்கல்களும்
போங்கடா வெளியே – இதுதான் வாசல்
கொள்கைகளும்
கருப்பையைத் திறந்து
பன்னாட்டு குள்ள நரி நிறுவனங்கள்
ஒன்றின் மேல் ஒன்று பாய்ந்து
இளைய பங்குதாரர்களாக
கைகூப்பி வரவேற்கும்
மேலும் பச்சை டாலர் நோட்டுகள்
கணிசமாகப் புரள இடம் கொடுக்கும்

நண்பர்களே
பழைய மனசாட்சிக் கொள்கைகளை

மூட்டை கட்டி வைத்துவிடுங்கள்
இது
வலுவான் வாழ்வான் யுகம்.
இங்கு
மனிதர்களும் ஒரு விற்பனைப் பொருள்
மற்றுமொரு விற்பனைப் பொருள்
சடுதியாய்த் தூக்கியெறியக்கூடிய சடப்பொருள்

○

நம்பிக்கை சித்திரம்
பெயர் தெரியாத 13 வயது சிறிலங்க சிறுமி

என்னிடம் ஒரு வர்ணப்பெட்டி இருந்தது
ஜொலித்துக் கொண்டு, தூக்கலாக
என்னிடம் ஒரு வர்ணப்பெட்டி இருந்தது
சில சூடாக, சில சில்லிட்டு போய்

அந்தக் காயங்களின் இரத்தத்தை வரைய
என்னிடம் சிகப்பு இருக்கவில்லை
அந்த ஆதரவற்றவளின் தூக்கத்தை தீட்ட
என்னிடம் கருப்பு இருக்கவில்லை

அந்த செத்த முகங்களுக்கு உருக்கொடுக்க
என்னிடம் வெள்ளை இருக்கவில்லை
அந்த தகித்துக் கொண்டிருந்த மணல்களை விவரிக்க
என்னிடம் மஞ்சள் இருக்கவில்லை

ஆனால் என்னிடம் ஆரஞ்சு இருந்தது
வாழ்க்கையின் ஆனந்தத்தை பிழிந்து காட்ட
என்னிடம் நீலம் இருந்தது
தெளிந்த வானத்தை பிரதிபலித்துக் காட்ட
என்னிடம் பச்சை இருந்தது
இளந்தளிர்களைப் படம்பிடித்துக் காட்ட

என்னிடம் ரோஸ் இருந்தது
நம்பிக்கை கனவுகளை சித்திரமாக்கிக் காட்ட

நான் உட்கார்ந்து வரையத் துவங்கினேன்

ச மா தா ன ம்

(தலைப்புச் செய்திகள் மூன்றாம் உலக குரல் –
தமிழில், நெடுஞ்செழியன், குமாரசாமி, உமா, சித்கலா, தமிழ்தாசன் –
சவுத் ஏசியன் புக்ஸ் – சென்னை – டிசம்பர் 1992 – ரூ.18)